# The Enchanted Loom

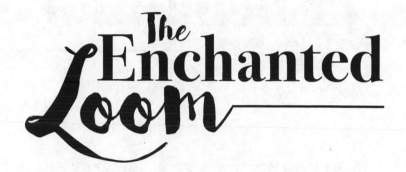

# The Enchanted Loom

## Suvendrini Lena

### Tamil translation by
### Dushy Gnanapragasam

**Playwrights Canada Press**

*Toronto*

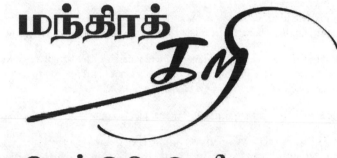

# மந்திரத் தறி

சுவேந்திரினி லீனா

தமிழாக்கம்

தூஷி ஞானப்பிரகாசம்

*The Enchanted Loom* © Copyright 2022 by Suvendrini Lena
Tamil translation © Copyright 2022 by Dushy Gnanapragasam

First edition: November 2022
Printed and bound in Canada by Imprimerie Gauvin, Gatineau
Tamil title page design © Copyright by Trotsky Marudu Maruthappan
Jacket art by Eugine Karuna Vincent (1969–2019)

Playwrights Canada Press
202-269 Richmond St. W., Toronto, ON M5V 1X1
416.703.0013 :: info@playwrightscanada.com :: www.playwrightscanada.com

LIBRARY AND ARCHIVES CANADA CATALOGUING IN PUBLICATION
Title: The enchanted loom / Suvendrini Lena ; translated into Tamil by Dushy Gnanapragasam.
Names: Lena, Suvendrini, author. | Gnanapragasam, Dushy, translator. | Container of
   (expression): Lena, Suvendrini. Enchanted loom. | Container of (expression):
   Lena, Suvendrini. Enchanted loom. Tamil.
Description: A play. | Contains play in the original English and Tamil language translation;
   notes and introduction in English.
Identifiers: Canadiana (print) 20190186666 | Canadiana (ebook) 20190186704
   | ISBN 9780369100313 (softcover) | ISBN 9780369100320 (PDF) | ISBN 9780369100337 (EPUB)
   | ISBN 9780369100344 (Kindle)
Classification: LCC PS8623.E565 E53185 2019 | DDC C812/.6—dc23

Playwrights Canada Press operates on land which is the ancestral home of the Anishinaabe
Nations (Ojibwe / Chippewa, Odawa, Potawatomi, Algonquin, Saulteaux, Nipissing, and
Mississauga), the Wendat, and the members of the Haudenosaunee Confederacy (Mohawk,
Oneida, Onondaga, Cayuga, Seneca, and Tuscarora), as well as Metis and Inuit peoples. It
always was and always will be Indigenous land.

We acknowledge the support of the Canada Council for the Arts, the Ontario Arts Council
(OAC), Ontario Creates, and the Government of Canada for our publishing activities.

Canada Council    Conseil des arts
for the Arts       du Canada

ONTARIO ARTS COUNCIL
CONSEIL DES ARTS DE L'ONTARIO
an Ontario government agency
un organisme du gouvernement de l'Ontario

Canada

ONTARIO | ONTARIO
CREATES | CRÉATIF

This text is dedicated to the Tamil and Sinhalese journalists assassinated or disappeared for speaking and writing truth.

உண்மையைப் பேசியதற்காகவும் எழுதியதற்காகவும் கொல்லப்பட்ட அல்லது காணாமலாக்கப்பட்ட தமிழ் ஊடகர்களுக்கும் சிங்கள ஊடகர்களுக்கும் இந்நூல் காணிக்கை.

# THE THEATRE OF GENOCIDE REIMAGINED

# BY SHARRYN AIKEN AND R. CHERAN

**THANGAN:** . . . It is of no consequence. In a few weeks—no, days—the world will forget that we fought. They will forget that we lost.

**SEVI:** I remember.

—*The Enchanted Loom*, Scene One

Genocide, as defined in international law, is the deliberate and organized killing of a group or groups of people, with the intention of destroying their identity as an ethnic, cultural, or religious group.[1] The actual application of this definition to specific cases has often been controversial and the historical record is replete with examples of the international community's wilful denial, indifference, and/or acquiescence to genocide and other mass atrocities. Indeed, swift acknowledgement and effective intervention have been rare. Aside from the Holocaust carried out by the Nazis during World War II—and the relatively well-known genocides in Cambodia, the former Yugoslavia, and Rwanda—many other twentieth century genocides have been disputed, ignored, or actively erased from historical and cultural memory.[2] The annihilation of Indigenous children in Canada

---

[1]  Polish-Jewish lawyer Raphael Lemkin coined the word "genocide" in 1944 and advocated relentlessly for its recognition as an independent crime in international law. Lemkin's definition was codified in the UN Convention on the Prevention and Punishment of the Crime of Genocide in 1948. Today, this convention has been widely accepted by the international community and ratified by a majority of states. However, it also deserves mention that in the intervening decades since adoption of the Genocide Convention, sociologists have expanded the parameters for recognizing and naming specific acts as genocide. See, for example, Helen Fein, "Scenarios of Genocide: Models of Genocide and Critical Responses," in *Toward the Understanding and Preventing of Genocide*, ed. Israel Charny (Boulder, CO: Westview Press, 1984), 3–31.

[2]  Adam Taylor, "It Wasn't Just the Armenians: The Other 20th Century Massacres We Ignore," *The Washington Post*, 24 Apr. 2015.

(1831–1996), the Herero and Namaqua genocide during German colonial rule in what is now Namibia (1904–1908), the Armenian genocide (1915–1916), and the Bangladesh genocide perpetrated by Pakistan's armed forces in 1971 are just a few examples. More recently, in this century, mass atrocities targeting the people of Darfur in Western Sudan (2003–2006), Tamils in Sri Lanka (2009), Yezidi in Iraq (2014), Rohingya in Myanmar (2012–present), and Uyghurs in China (2014–present) briefly captured the attention of the international community only to fade away soon after. Public officials have been lethargic and utterly ineffective in stopping genocides in progress or preventing them in the first place. In all but a few cases, they have also failed to ensure appropriate accountability and redress. The task of remembering and memorializing the loss and collective trauma of genocide has been transgenerational and transnational and has involved survivors and their descendants in the painful process of mourning, mobilizing, memorializing, and seeking justice.

Suvendrini Lena's play, *The Enchanted Loom*, is both a reading of this painful process and a brave attempt to bear witness in a moral and political sense to displacement, torture, and trauma. Subtle and multi-layered, the vocabulary and subtext of the play is equal parts emotional and psychological as it is scientific, sociological, and poetic. The play tangles with fundamental questions that writers and artists have sought to address through the centuries: What is the role and space for art and poetry, film and theatre in a world wracked by war and mass atrocities? How do we understand and convey the full human dimensions of pain, dehumanization, and trauma—both individual and collective? How do we navigate prejudice and hatred, the failure to acknowledge and appreciate the humanity of "the other"? How do we see past the superficial binary between victim and perpetrator into the wider historical and deeper structural processes that underpin organized violence? These are complex questions, and neither the discourses of psychiatry and psychology nor the wider field of social sciences offer a complete answer. We turn to art, literature, theatre, film, and other forms of storytelling to translate these tragic experiences, to create space for difficult conversations, to make meaning and bear witness. In this context, *The Enchanted Loom* is a profound expression of solidarity.

First staged in Toronto, the play revolves around a Tamil family that fled the civil war in Sri Lanka. Thangan, the *appa* (father), was a journalist covering the conflict when he was imprisoned by the Sri Lankan army. As Thangan, his wife Sevi, son Kanan, and daughter Kavitha attempt to rebuild their lives in Canada as refugees, Thangan grapples with epileptic seizures induced by the beatings he received in detention as well as the psychological effects of his torture. The fate of Kanan's twin brother Kavalan, left behind in Sri Lanka, is a murky knot that shadows the characters throughout the play. The audience at the Factory Studio

Theatre, where *The Enchanted Loom* was first staged in 2016, included members of the Tamil diaspora with direct knowledge of the real-life events depicted in the play: witnesses and survivors.

A brief overview of the antecedents and context of the conflict in Sri Lanka (formerly known as Ceylon) is offered for readers who may lack this exposure. The island of Sri Lanka has had a continuous record of human settlement for more than two millennia. The two largest ethnic groups, the majority Sinhalese and minority Tamils, each have their own socio-historical and mythical accounts of how the island was originally settled. Sri Lanka's Tamil-speaking Muslim community, another distinct ethnic group, have their own origin histories.

Today, the Sinhalese, predominantly Buddhist and Sinhala speaking, make up just under 75% of the island's population and are primarily concentrated in the densely populated southwest and central areas, while the Tamil population, predominantly Hindu and Christian, comprises about 15% and lives predominantly in the northern and eastern regions. A smaller minority, included within the 15%, are Malaiyaha Tamils, descendants of indentured labourers brought to Sri Lanka from South India by the British in the nineteenth century. The Malaiyaha Tamils live in the central highlands, loosely identified as the up country. While they represented a majority of the Tamil population in Sri Lanka in the mid-twentieth century, today they constitute a minority within a minority, or about 4.2% of the country's total population.[3] Tamil-speaking Muslims are dispersed across the country and comprise approximately 9% of the island's population.[4]

It is generally acknowledged that by the 1500s large swaths of territory on the island came under the control of successive colonial powers—first the Portuguese, followed by the Dutch, and finally the British. During Portuguese and Dutch colonial rule the local populations enjoyed relative autonomy. Tamils in particular participated in an independent economy based in part on the pearl industry and elephant trade as well as thriving commercial networks. However, by 1815 the entire island was under British control, the economy was centralized, and production that benefitted the empire was the overriding imperative. The independent economy established in the Tamil areas was dismantled and replaced by a plantation economy. The ports and maritime infrastructure established in these areas were neglected or abandoned. Coffee, tea, cinnamon, and rubber

---

3   For a more detailed account of the historical origins of the Malaiyaha and their ongoing marginalization within contemporary Sri Lanka, see, Daniel Bass and B. Skanthakumar, eds., *Up-country Tamils: Charting a New Future in Sri Lanka* (Colombo, Sri Lanka: International Centre for Ethnic Studies, 2019).

4   Andreas Johansson, "Who are Sri Lanka's Muslims?" *The Conversation*, 23 Apr. 2019.

plantations worked by indentured Tamil labourers sprang up, and English was introduced as the national language.

The official state narrative is that the British colonizers favoured Tamils and, for that reason, sections of the colonial administration were dominated by Tamils. In fact, English-language proficiency is a more plausible explanation for the dominance of Tamils during this period. American missionaries, initially unwelcome by the Sinhalese in the south, were sent by the British to the Jaffna Peninsula in the north. There they set up medical centres, churches, and schools, offering access to English education, selectively, to a privileged strata of Jaffna Tamils (but not Tamils living in other areas of the island). Fluency in English became the pathway to civil service employment and other professional opportunities.[5]

In 1948 the British colony of Ceylon was granted independence (the country's name was changed to Sri Lanka much later, in 1972). Ceylon was no longer a colony but followed most of the administrative, legal, and political systems inherited from British colonial rule. After independence, Ceylon embarked upon a politico-religious program to consolidate the dominance of the Sinhalese-Buddhist majority community. A key plank of the post-colonial state-building project was the perceived need to redress the disproportionate representation of Tamils in public service and in such professions as medicine and engineering. As well, the newly independent state sought to reinforce the processes of unification and centralization of the economy, political structures, and government, a legacy of British colonial rule.

The Tamil and Muslim communities were systematically marginalized. Soon after the country gained independence, the newly elected parliament, dominated by the Sinhalese, swiftly implemented a number of measures that had the combined effect of disenfranchising the Malaiyaha Tamils.[6] By 1964, only 17% of Malaiyaha Tamils had citizenship, even though they had lived on the island for decades. The lack of proper identity papers meant the majority of the Malaiyaha Tamils were not recognized as citizens and had been rendered stateless.

In 1956, the Sinhala Only Act consecrated Sinhala as the only official language of the country. Knowledge of Sinhala became a precondition to entering the public service and to obtaining a promotion, thus ostracizing the Tamil ethnic

---

5    S. Jebanesan, *American Mission and Development of Tamil in Sri Lanka* (Vaddukoddai, Sri Lanka: Jaffna College, 1983), 28.

6    These measures included: (i) The Ceylon Citizenship Act of 1948, (ii) the Indian and Pakistani Residents (Citizenship) Act of 1949, and (iii) the Parliamentary Elections Amendment Act of 1949. Starting in 1967, approximately 40% of the Malaiyaha community was repatriated to India, a process that finally ended with the outbreak of the war in 1983.

and linguistic minorities and undermining their economic prospects.[7] A massive population redistribution scheme in the dry zones of the north and the east drove significant numbers of Tamils out of their homes and off their land and facilitated the unprecedented growth of the Sinhala population in the Tamil and Muslim areas.[8] Standardization, a government policy implemented in 1972, required Tamil students to achieve higher exam scores than their Sinhalese counterparts to be admitted to Sri Lankan universities. The explicit aim of standardization was affirmative action for the Sinhalese, who, it was argued, had been disadvantaged during the British colonial period. The goal was to level the playing field between students. Yet coupled with the Sinhala Only Act, standardization severely restricted opportunities for Tamil students and effectively discriminated against them.[9] By the 1960s and 1970s agitation by democratic Tamil parties for greater autonomy for the northern and eastern regions within a federal system was routinely accompanied by ruthless state violence. A series of anti-Tamil pogroms were carried out with the tacit support of the government. A quarter century of unmet Tamil grievances ultimately led to the emergence of militant groups and a full-fledged secessionist movement with the more radical goal of establishing "Tamil Eelam"—a separate state in the areas where Tamils and Tamil-speaking Muslims were the majority.

In July 1983, a deadly ambush by one of the militant groups, the Liberation Tigers of Tamil Eelam (LTTE or "Tigers"), killed thirteen Sri Lankan soldiers in the Northern Province. This attack was exploited by the government to foment anti-Tamil rioting in the capital city of Colombo.[10] In the following days the violence escalated and spread to other parts of the country, killing hundreds—possibly thousands—of Tamils and leaving some one hundred and fifty thousand Tamils homeless. Aided and abetted by the state, "Black July" became the spark that ignited one of the most violent and intractable conflicts in modern history.[11] It also fuelled a protracted exodus of refugees—hundreds of thousands of Tamils

---

7   Corinne Weiss, "Language Policy in Sri Lanka: Critical Junctures and Resistance Factors Preventing Successful Implementation" (Research Paper, University of Ottawa, 2020).

8   Patrick Peebles, "Colonization and Ethnic Conflict in the Dry Zone of Sri Lanka," *The Journal of Asian Studies* 49, no. 1 (Feb. 1990): 30–55

9   See Nithyani Anandakugan, "The Sri Lankan Civil War and Its History, Revisited in 2020," *Harvard International Review*, 31 Aug. 2020.

10   A. Sivanandan, "Ethnic Cleansing in Sri Lanka," *Race and Class* 51, no. 3 (Jan. 2010): 59–65; and A. Sivanandan, "Sri Lanka: Racism and the Politics of Underdevelopment," *Race and Class* 26, no. 1 (1984): 1–37.

11   Yasmin Ibrahim, Vy Rajapillai, and Sasha Scott, "Consuming Conflict as Tamil Consciousness: The Case of Second-Generation British Sri Lankan Tamils," *Journal of Ethnic and Migration Studies* 48, no. 5 (Jun. 2021): 1133–151.

fled to India, Malaysia, Singapore, Europe, Australia, and New Zealand, as well as North America. Canada swiftly became home to the world's largest Tamil diaspora outside of South Asia.

By 1986 the LTTE had become a hegemonic force, eliminating or silencing rival militant groups through brutal force and intimidation. Gradually transforming themselves from a grassroots insurgency to a well-organized, highly sophisticated militia, the LTTE utilized a combination of conventional warfare tactics as well as suicide bombing and assassinations. Human rights monitors have cited the LTTE's responsibility for the ethnic cleansing of Tamil-speaking Muslims from the Northern Province in 1990 as well as large-scale massacres of Muslim and Sinhalese civilians, targeted assassinations of political opponents, and the recruitment of child soldiers.[12] At the same time, the institutions of the Sri Lankan state, its laws and official practices, were directly implicated in widespread and systematic torture—including rape and sexual violence, disappearances, and extra-judicial killings of Tamils as well as dissident Sinhalese.[13]

Intermittently, over almost fifteen years, the LTTE governed a de facto state in the north and parts of Eastern Province. The areas under their control had a separate judiciary, police service, health authority, and administrative and educational services. The LTTE administered all the hospitals in the region; employed preschool, primary, and secondary school teachers; and managed these schools. In 2002 a ceasefire between the government and the LTTE was brokered by Norway and a peace process followed. It collapsed after only four years, and the conflict resumed.[14] By 2006, both Canada and the European Union had designated the LTTE as a terrorist organization. Nevertheless, significant numbers of Tamils from diaspora communities on both sides of the Atlantic supported the political aspiration for an independent homeland—while more fervent nationalists, a segment of the Tamil diaspora, provided direct support to the separatist struggle through fundraising and international advocacy.

---

12    "Funding the Final War: LTTE Intimidation and Extortion in the Tamil Diaspora," *Human Rights Watch*, 14 Mar. 2006; and "Sri Lanka: The Failure of the Peace Process," *International Crisis Group*, 28 Nov. 2006.

13    See, for example, Ramu Manivannan, *Sri Lanka: Hiding the Elephant* (Chennai: University of Madras, 2014); and in the post-conflict context, Yasmin Sooka et al., "An Unfinished War: Torture and Sexual Violence in Sri Lanka 2009-2014," *Bar Human Rights Committee of England and Wales*, March 2014.

14    For a more detailed review of this period, see, Sharryn Aiken and Rudhramoorthy Cheran, "The Impact of International Informal Banking on Canada: A Case Study of Tamil Transnational Money Transfer Networks (Undiyal), Canada/Sri Lanka," *Law Commission of Canada*, 2005, 10–13.

The government of Sri Lanka began what was to be a final offensive against the LTTE in September 2008. The government expelled media, aid workers, and UN officials from the areas under LTTE control. Tamil civilians, displaced by the fighting, were held in detention camps by the government. By early 2009, international reports confirmed the indiscriminate shelling of Tamil civilians in the army-declared safe zones, along with the destruction of critical civilian infrastructure. Massive protests, rallies, and hunger strikes led by members of the Tamil diaspora in Toronto, Chennai, Sydney, London, and Oslo called for an immediate end to the escalating violence and a ceasefire. On the evening of May 10 in Toronto, about two thousand people marched onto the Gardiner Expressway, holding traffic and police at bay for several hours before clearing the major thoroughfare.[15] Eight days later, on May 18, the government of Sri Lanka defeated the LTTE, proclaiming an "end of terrorism" in Sri Lanka "with zero civilian casualties." However, the facts on the ground told a different story.

While initial estimates of the civilian death toll in the last months of the war varied widely, by 2011 the United Nations was reporting that approximately 40,000 civilians had died. The following year, an internal UN report estimated casualties to be at least 70,000. Population data from UN World Bank sources and local census records confirm that more than 100,000 Tamils living in the conflict areas in the north are unaccounted for and presumed dead. A community-based documentation project reports that the numbers killed during the final phase of the war could be as high as 169,796.[16] Incontrovertibly (and despite initial under-reporting by government officials), when the war ended, more than 280,000 internally displaced Tamils were forcibly interned in overcrowded, military-guarded detention camps. It would be several years before all these camps were officially closed and its inhabitants resettled.[17] Thousands of Tamils living in Canada lost family members and friends in the final phase of what the government of Sri Lanka euphemistically described as a "humanitarian operation" to "liberate" Tamil people from the LTTE.[18] Thousands spent

---

15   Ishan Ashutosh, "Immigrant Protests in Toronto: Diaspora and Sri Lanka's Civil War," *Citizenship Studies* 17, no. 2 (2013): 197–210. See also Amarnath Amarasingam, *Pain, Pride, and Politics: Social Movement Activism and the Sri Lankan Tamil Diaspora in Canada* (Athens: University of Georgia Press, 2015).

16   See "Counting the Dead," *International Truth and Justice Project*, 2 Jan. 2019; Frances Harrison, *Still Counting the Dead: Survivors of Sri Lanka's Hidden War* (London: Portobello Books, 2012); and "Sri Lanka's Dead and Missing: The Need for an Accounting," *International Crisis Group*, 27 Feb. 2012.

17   "Unlock the Camps in Sri Lanka," *Amnesty International*, 7 Aug. 2009; and "Sri Lanka: Free Civilians from Detention Camps," *Human Rights Watch*, 28 Jul. 2009.

18   While the Tigers did use trapped civilians as human shields and shot at some of them as they tried to escape, the scale and brutality of the Sri Lankan army's final offensive shocked

months—and in some cases years—attempting to learn the fate of loved ones—to confirm whether they had died in shallow bunkers on the beach in the final weeks of the war or were languishing in a detention camp or one of the so-called rehabilitation centres for former LTTE fighters.[19]

An understanding of the lived experiences of Tamils in post-colonial Sri Lanka as well as the protests and rallies orchestrated in the Tamil diaspora preceding the final months of the civil war is crucial to both appreciate and contextualize *The Enchanted Loom*. While the UN and other international institutions have yet to recognize the sustained targeting and massacre of Tamils by the government of Sri Lanka as genocide, segments of the Tamil diaspora, particularly the youth, have been less reticent to connect the dots between Black July and the savagery that unfolded in the final stages of the conflict in 2009.[20] The word genocide appears only once in *The Enchanted Loom*, when Kanan explains to his appa that he left an exam to be part of a demonstration. Stopping six lanes of traffic, he chanted with the crowds, "Ceasefire now! Stop the genocide now!" (Scene One). Here, Lena skilfully presses us to consider our individual and collective moral responsibility for responding to what has been revealed on stage.

Lena's play is an attempt to represent the "unrepresentable" in relation to one of the lesser-known genocides of the twenty-first century. It is a fine and timely contribution to the theatre of genocide, standing on the shoulders of such works as Hotel Modern's *KAMP* (2008, depicting daily life in a German concentration camp), Lynn Nottage's *Ruined* (2008, Democratic Republic of Congo), Lorne Shirinian's *Exile in the Cradle* (2003, on the Armenian genocide), Catherine Filloux's *Silence of God* (2009, Pol Pot and the Khmer Rouge in Cambodia), Kitty Felde's *A Patch of Earth* (2020, Bosnian Muslims in the former Yugoslavia), and Erik Ehn's *Maria Kizito* (2004, on the Rwandan genocide),[21] as well as pioneering

even the country's staunchest allies in the US, Canada, Great Britain, and France. For a compelling and relatively even-handed account of these final weeks of the war, see Jon Lee Anderson, "Death of the Tiger: Sri Lanka's Brutal Victory Over its Tamil Insurgents," *The New Yorker*, 9 Jan. 2011.

19    "Sri Lanka: End Indefinite Detention of Tamil Tiger Suspects," *Human Rights Watch*, 1 Feb. 2010.

20    See, for example, Tasha Manoranjan and Meruba Sivaselvachandran, "Sri Lanka's State Responsibility for Historical and Recent Tamil Genocides," *OpinioJuris*, 24 Jul. 2020. More recently, recognition and naming of the Tamil genocide in Sri Lanka has been growing, particularly in Canada, where a number of labour organizations, municipalities, the Ontario government, and federal Parliament of Canada have issued declarations. Nicholas Keung, "Ontario Judge Upholds Tamil Genocide Education Week in Battle 'Over Who Gets to Write the History of the War,'" *Toronto Star*, 28 Jun. 2022; and "Parliament Creates Day to Remember Tamil Genocide in Sri Lanka," *National Post*, 18 May 2022.

21    For a discussion of the latter four plays, see Robert Skloot, ed., *The Theatre of Genocide: Four Plays about Mass Murder in Rwanda, Bosnia, Cambodia and Armenia* (Madison:

efforts by Tamil playwrights to narrate their own experiences of an unspeakable past—from Kuzanthai M. Shanmugalingam's *Enthaiyum Thaayum* (*Land of Our Parents*, 1992) and *Velvithee* (*The Sacrificial Fire*, 2000), Asylum Theatre Group's *Not by Our Tears* (2009) and *Cantos of War* (2010), P.A. Jayaharan's *Adelin kaikuttai* (*Adele's Handkerchief*, 2011), Ilaya Pathmanathan's *Anna Enge?* (*Where is My Brother?*, 2014), and Shoba Sakthi's *Aaram Padai* (*Sixth Brigade*, 2017).

Forgetting has been described as the final instrument of genocide.[22] Through theatrical imagination and empathic engagement with its subject matter, *The Enchanted Loom* creatively excavates what has been obscured. As poignantly voiced by the character of Thangan, "I will tell your story—you will live—and no one will relive this. We will learn, my son; we will learn . . . " (Scene Six). Telling and retelling these stories may be the only pathway to healing, and perhaps, ultimately, accountability and justice.

*Sharryn Aiken is an associate professor in the Faculty of Law at Queen's University. Prior to her academic appointment, she practised refugee law in Toronto, representing claimants fleeing violence and persecution from many countries, including Sri Lanka. Her current research aims to bring a critical, intersectional lens to immigration and border policies in Canada and internationally. She is a past president of the Canadian Council for Refugees, and a board member of FCJ Refugee Centre in Toronto.*

*Dr. R. Cheran is a Tamil Canadian academic, poet, playwright, and journalist. He is a professor of sociology at the University of Windsor in Canada. He has authored over fifteen books in Tamil, and his work has been translated into twenty languages. Several volumes of his work have been published in English translation, including* The Second Sunrise *(translated by Lakshmi Holmstrom, 2010),* In a Time of Burning *(translated by Lakshmi Holmstrom and Sascha Ebeling, 2013), and* You Cannot Turn Away *(translated by Chelva Kanaganayakam, 2011). His poems in English translation have also been published in numerous literary magazines, such as* Bomb *(New York),* Modern Poetry in Translation, Many Mountains Moving, Exiled Ink, Mantra Review, *and* Talismàn.

---

University of Wisconsin Press, 2008).

22    Simon Norfolk, quoted in Stephen C. Feinstein, "Destruction has no Covering: Artists and the Rwandan Genocide," *Journal of Genocide Research* 7, no. 1 (2005): 32.

# தறி தொடுத்த கேள்விகளும் தமிழ் நெய்த பதில்களும்

சுவேந்திரினி லீனாவின் இந்த நாடகத்திலே, மொழி பல தளங்களிலும் பல தரங்களிலும் நின்று செயற்படுவதைக் காணலாம். என்னை இந்தப் பிரதியின்பால் ஈர்த்த விடயங்களில் இதுவும் முக்கியமானதொன்று.

தங்கனும் செவ்வியும் ஒருவரோடு ஒருவர் உறவாடும் தருணங்களில் உயர்வானதொரு கவித்துவ மொழியும், அவர்கள் தங்கள் பிள்ளைகளுடன் உரையாடுகையில் இயல்பானதொரு அன்றாட மொழியும், பிள்ளைகள் தம்மிடையே உணர்வைப் பகிர்கையில் எளிமையானதொரு கலப்பட மொழியும், அப்பாலே மருத்துவர்கள் தம்மிடையே பேசும் துல்லியமானதொரு குழூமொழியும் ஒன்றுடனொன்று மோதியும், ஊடாடியும், தனித்தும் தொடக்கமுதல் இறுதிவரை நாடகத்தில் இழையோடியிருக்கும். இதை மிகுந்த நேர்த்தியுடனும் இலாவகத்துடனும் கையாண்டிருப்பார் நாடகாசிரியர் லீனா.

இதைத் தமிழிலே மீளப்படைக்க முடியுமா என்பதே இந்தப் பணியை நான் கையிலெடுத்தபோது என்முன் இருந்த பெரும் கேள்வி. இந்தக் கேள்விக்குப் பெரும்பாலும் ஆம் என்ற உடன்பாடான பதிலே என்னிடம் இப்போது இருக்கிறது. இந்த மொழியாக்கத்தின் சில பகுதிகளை யோர்க் பல்கலைக் கழகத்தின் தமிழியல் மாநாட்டிலும், கஹூட்ஸ் தியேட்டரால் ஒழுங்கு செய்யப்பட்ட நிகழ்விலும் புகலி அரங்கக் குழுவின் தயாரிப்பில் நாடக மொழிவாக அரங்கேற்றியபோது பலரிடமிருந்தும் கிடைக்கப்பெற்ற பின்னூட்டுகள் எனது இந்தப் பதிலுக்குப் பலம் சேர்க்கின்றன.

தங்கனுக்கும் செவ்விக்குமிடையேயான கவித்துவ மொழியை தமிழாக்குவதில் அதிகம் சிக்கலிருக்கவில்லை. நாடகாசிரியர் பாரதியின் வரிகளை உள்ளுயிர்ப்பாக வைத்து அவர்களின் தாம்பத்திய உறவாடலின் சில பகுதிகளை வரைந்திருப்பார். அவற்றுக்காக, நான் நேரடியாக பாரதியிடமே தஞ்சம் புகுந்து அவன் வரிகளையே களவாடினேன். விதிவிலக்காக, பாரதியோடு செப்புலப்பெயல் நீரார் பிணையும் அந்த ஒற்றை வரிபற்றி நானும் சுவேந்திரினியும் பல நாட்களாக விவாதித்தோம். தமிழுக்கு அது ஒவ்வாது என்பது என் வாதம். நாடகத்திற்கு அது தேவையானது என்பது அவர் வாதம். இறுதியில் நாடகாசிரியரின் விருப்பே வெற்றி பெற்றது.

பாரதியின் வரிகளில் ஓரடிக்கு மட்டும் கெட்டிக்காரத்தனமாக செம்புலப்பெயல் நீராரின் குறுந்தொகை வரியை ஒட்டி நிரப்பினேன். அதில் எனக்கு மகிழ்ச்சியே! அவருக்குந்தான்!

அடுத்து, அன்றாட மொழி இயல்பாக, விரைவாக தமிழாகியது. கலப்பட மொழியைத் தமிழாக்குவதில் எழுந்த சிக்கல் கவிதாவின் தமிழறிவுபற்றியது. ஆங்கிலப் பிரதியிலே கவிதாவை தமிழறியாத குழந்தையாகச் சித்தரிப்பதில் சிக்கலெதுவும் இல்லை. ஆனால் தமிழ்ப்பிரதியிலேயும் அப்படியே சித்தரித்தால் கவிதா பேசும் மொழி ஆங்கிலமாயிருக்கவேண்டிய தேவையெழும். அப்படியிருக்கும் நிலையில், அவர் தனது குடும்பத்தவரின் தமிழிலான உரையாடல்களை எவ்வளவு தூரம் புரிந்துகொள்கிறார் என்ற கேள்வியெழும். இவற்றைத் தவிர்ப்பதற்காக, கவிதாவை ஓரளவு தமிழ் பேசத்தெரிந்த, ஆனால் தமிழை எழுதப் படிக்கத்தெரியாக குழந்தையாக உருவகித்து தங்கன் அவருக்குத் தமிழ் படிக்கக் கற்பிப்பதாக அவர்களிடையேயான உறவாடலைத் தமிழாக்கினேன்.

மீண்டும் சிக்கல் எழுந்தது மருத்துவர்களின் குழுமொழியில். ஈழத்திலேகூட மருத்துவர்கள் இத்தகைய சொற்களை ஆங்கிலத்திலேதான் பயன்படுத்துகிறார்கள் எனவே மொழியாக்கத்திலும் ஆங்கிலச் சொற்களையே பயன்படுத்தவேண்டும் என்பது அடிப்படையில் ஒரு நரம்பியல் நிபுணரான நாடகாசிரியரின் நிலைப்பாடு. இந்தச் சொற்களைப் பேசும் பாத்திரங்கள் வேற்றுமொழியினராக இருத்தல் நாடகத்திற்கு முக்கியமானது என்பதால், அவர்கள் பேசும் சில சொற்களை ஆங்கிலத்திலும் பெரும்பாலான உரையாடலை தமிழிலும் வைத்தால் பார்வையாளர்கள் எப்படி பாத்திரங்களிடையேயான இந்த வேற்றுமையைப் புரிந்து கொள்வார்கள் என்பது அடிப்படையில் ஒரு நாடக நெறியாளனான எனது கேள்வி. மருத்துவர்கள் பேசும் இந்தக் குழுமொழி கண்ணன் தவிர்ந்த மற்றைய நாடக மாந்தருக்கும் அந்நியமானது என்பதுவும் நாடகத்தின் ஒரு முக்கிய விடயம். ஆகவே அது தமிழில் இருந்தாலும் ஆங்கிலத்தில் இருந்தாலும் ஒரேயளவான அந்நியப்பாட்டுடனேயே இருக்கும். எனவே அவற்றைத் தமிழிலேயே அமைப்பதே பொருத்தமானது என நான் வாதிட்டேன். இருந்தபோதும், நாடகத்திலே பயன்படுத்தப்படும் நுணுக்கமான மருத்துவப் பதங்களுக்கான சொற்கள் தமிழிலே இருக்கின்றனவா என எனக்கிருந்த ஐயத்தையே நாடகாசிரியரும் கேள்வியாக்கியபோது தடுமாறினேன். குறுகியதொரு தேடலின்பின், அந்தக்கேள்விக்கு ஆம் என என்னால் பதிலளிக்கக்கூடியதாய் இருந்தது எங்கள் இருவருக்குமே வியப்பூட்டியது. இங்கே குழுமொழிக்காக பயன்படுத்திக்கொண்ட தமிழ்ச்சொற்கள் எதையும் நான் வலிந்து உருவாக்கவில்லை. அவை ஏற்கனவே பயன்பாட்டில் இருப்பன. மிகச் சிறிய முயற்சியோடு அந்தச் சொற்களை என்னால் தேடிப்பிடிக்க முடிந்தமை தமிழ்மொழி வாழும்மொழி எனப் பறைசாற்றுகிறது. அதற்குமேல் எமக்கிடையே இந்த விடயத்தில் கருத்து மாறுபடவில்லை. மருத்துவக் குழுமொழியிலும் தமிழ் தனித்தியங்கும் செழுமையைக்கொண்டது என்பதை

தங்கன் நிச்சயம் அறிந்திருப்பார், அதையே அவரும் விரும்புவார் என்று இருவரும் இணங்கினோம். அதில் அவருக்கு மகிழ்ச்சியே! எனக்குந்தான்! ஒரு ஆவணமாக இருக்கவேண்டும் என விரும்பியதாலும், மேலதிக தேடலுக்கு உதவும் என்பதாலும் இந்தச் சொற்களை அருஞ்சொற்கோவையாக வழங்கியுள்ளேன்.

மேற்கூறியதுபோல், தமிழறியாத நாடகமாந்தர் இடையேயும், அவர்கள் உடனேயும் நடக்கும் ஆங்கிலத்திலான உரையாடல்களை ஏனைய தமிழறிந்த நாடகமாந்தரிற்கிடையேயான தமிழிலான உரையாடல்களில் இருந்து வேறுபடுத்திக் காட்டவேண்டிய தேவை இருந்தது. இதற்காக அந்த உரையாடல்களை, மற்றைய உரையாடல்களின் இயல்பான தன்மையிலேயிருந்து வேறுபடுத்தி, செம்மையான எழுத்துநடையிலே அமைத்துள்ளேன். இந்த உத்தி வெற்றியளிக்கும் என்பதை மனவெளி கலையாற்றுக் குழுவுக்காக நான் மொழியாக்கம் செய்து நெறியாள்கை செய்த "வதை" நாடகத்தின் மூலம் அறிந்திருக்கிறேன். இந்த உத்தியின் வெற்றி இந்த வரிகளை இயல்பாக அளிக்கைசெய்யவல்ல நடிகர்களின் திறமையிலேயே தங்கியுள்ளது என்பதுவும் நானறிந்ததே. புகலி அரங்கக்குழு தயாரித்த "மந்திரத் தறி"யின் நாடக மொழிவுகளின்போது பவானி சோமஸ்கந்தன், சேகர் தம்பிராஜா, சத்தியகுமார் ஜெயபால், தர்ஷினி வரப்பிரகாசம், ஜெயபிரகாஷ் ஜெகவன், ரிதுஷ்கரன் இரமணிகரன், குரும்பசிட்டி இராசரத்தினம், கவினி சேகர் ஆகியோர் அத்தகைய திறமைவாய்ந்த நடிகர்களாக பங்களித்திருந்தார்கள். அவர்களுக்கு எனது நன்றி.

—துஷி ஞானப்பிரகாசம், 2021

*The Enchanted Loom* was first produced by Cahoots Theatre in partnership with Factory Theatre at Factory's Studio Theatre, Toronto, November 5–27, 2016, with the following cast and creative team:

Kavitha: Asha Vijayasingham
Kanan: Kawa Ada
Thangan: Sam Khalilieh
Sevi: Zorana Sadiq
Dr. Mendoza: Beatriz Pizano
Dr. Wagdy: Peter Bailey

Director: Marjorie Chan
Assistant Director: Karthy Chin
Stage Manager: Neha Ross
Sound Design and Composition: Suba Sankaran
Lighting Design: Arun Srinivasan
Set Design: Joanna Yu
Choreography: Nova Bhattacharya
Video and Projection Design: Cameron Davis

*. . . swiftly the brain becomes an enchanted loom, where millions of flashing shuttles*
*weave a dissolving pattern, always a meaningful pattern though never an abiding*
*one; a shifting harmony of sub-patterns.*
—Charles Scott Sherrington, neurophysiologist, 1906


*It is the soldier not the reporter who has given us freedom of the press*
*It is the soldier not the poet who has given us freedom of speech*
*It is the soldier not our politicians, not our friends, not our families who have given*
*us the right to life, freedom and the pursuit of happiness.*
—Charles M. Province, "Untitled," paraphrased on the office wall of Sri Lankan
Army spokesman Brigadier Udaya Nanayakkara, 2009

. . . வெகுவேகமாக மூளை ஒரு மந்திரத்தறியாய் மாறும், அங்கே இலட்சகோடி மின்னும் இழைகள் ஒரு கரைந்துபோகும் கோலத்தை வரையும், எப்போதும் அர்த்தமுள்ள கோலங்கள், ஆனால் ஒருபோதும் நிலையானவையல்ல— உபகோலங்கள் இடம்மாறிமாறி ஒத்தியையும் ஒரு கோலம்.

—சார்ள்ஸ் ஸ்கொட் ஷெரிங்டன், பிரித்தானிய நரம்பியங்கியல் நிபுணர், 1906

எமக்கு ஊடக சுதந்திரத்தைத் தந்தது இராணுவவீரன்தான் பத்திரிகையாளனல்ல.
எமக்குப் பேச்சுச் சுதந்திரத்தைத் தந்தது இராணுவவீரன்தான் கவிஞனல்ல.
எமக்கு வாழ்வதற்கும், சுதந்திரத்திற்கும், மகிழ்ச்சியை நாடுவதற்குமான உரிமையைத் தந்தது இராணுவவீரன்தான். எங்கள் அரசியல்வாதிகளோ, எங்கள் நண்பர்களோ, எங்கள் குடும்பத்தவரோ அல்ல.

—இலங்கை இராணுவப் பேச்சாளர் பிரிகேடியர் உதய நாணயக்காரவின் அலுவலகச் சுவரில் வரையப்பட்டிருந்த ஒரு மேற்கோள், 2009

# CHARACTERS

Kanan
Kavitha
Sevi
Thangan
Mendoza
Wagdy
First Assistant

# கதைமாந்தர்

கண்ணன்

கவிதா

செவ்வி

தங்கன்

மென்டோசா

வாக்டி

உதவியாளர்

# ACT ONE

## PROLOGUE

*A liminal dream space. Voices and actions overlap.*

*THANGAN and SEVI lie sleeping together, restless. At a desk, KANAN is awake, poring over thick medical textbooks.*

*KANAN mutters a barely audible anatomical mantra.*

**KANAN:** One—subiculum to medial mammillary body. Two—mammillothalamic tract to anterior nucleus of thalamus. Three—thalamocortical fibres to the cingulate cortex. Four—cingulate to entorhinal cortex then hippocampus and subiculum, again. Memory takes hold.

*KANAN's mantra forms an undulating bass. He continues to whisper, repeating the same ever softer, ever faster.*

*KAVITHA, lying awake in bed, speaks in light, ethereal opening notes:*

**KAVITHA:** Annan varum varai amaavaasai kaathirukuma . . . [Will the new moon wait for the elder brother . . . ]

Do you see the moon? The same one I see . . . time and tide wait for no one—so come. We'll celebrate, with sweets—twisty orange ones! And Amma [Mom] will dance. I know she will.

*KAVITHA takes a pair of salangai—belled silver anklets worn by classical dancers—from under her pillow and holds them up to the light.*

# அங்கம் ஒன்று

## முன்னுரை

*(தங்கன் என்கிற தங்கராஜா, அவனின் துணைவி செவ்வி என்கிற செவ்வானம், அவர்களின் மகள் கவிதா ஆகியோர் அமைதியற்ற உறக்கத்திலிருக்கிறார்கள். அவர்களின் மகன் கண்ணன் மேசையிலமர்ந்து தடித்த மருத்துவப் பாடநூல்களில் ஆழ்ந்துபோயிருக்கிறான். இந்தக் காட்சி கனவின் ஆரம்பமாயுள்ள வெளியில் நிகழ்கிறது. பாத்திரங்கள் ஒருவரை ஒருவர் மேவி ஏககாலத்தில் பேசுவதுபோல பேசலாம்.)*

*(மந்திரம் சொல்வதுபோல் சரியாக விளங்காத வகையில் முணுமுணுக்கிறான்.)*

**கண்ணன்:** One—subiculum to medial mammillary body. Two—mammillothalamic tract to anterior nucleus of thalamus. Three—thalamocortical fibres to the cingulate cortex. Four—cingulate to entorhinal cortex then hippocampus and subiculum, again. நினைவு உருவாகிறது.

*(மந்திரம்போல் மீண்டும் மீண்டும் அதையே மெல்லிய குரலில் சொலகிறான்.)*

**கவிதா:** அண்ணன் வரும்வரை அமாவாசை காத்திருக்குமோ? நிலவு தெரியுதே அண்ணா? நானும் அதே நிலைவைத்தான் பாத்துக்கொண்டிருக்கிறன். காலமும் நேரமும் பொருத்தருக்கும் காத்திருக்காது. வாங்கோ! நாங்கள் ஸ்வீற்ஸ் எல்லாம் சாப்பிட்டு கொண்டாடுவம்.

அந்த ஒரேஞ் கலர்ல முறுக்கு மாதிரி இருக்கும் அந்த ஸ்வீற். அம்மா டான்ஸ் ஆடுவா. எனக்குத் தெரியும் கட்டாயம் ஆடுவா.

*(தன் தலையணைக்குக் கீழே இருந்து சலங்கைகளை எடுத்து வெளிச்சத்திலே உயர்த்திப் பிடிக்கிறாள்.)*

Look . . . Kavalan . . . I found a treasure. They were hidden . . . I heard
them . . .

**KANAN:** Hippocampus to mammillary bodies to the thalamus—cingulate cortex—
entorhinal cortex, subiculum, hippocampus. Hippocampus, again hippocampus,
the hub of the wheel. Chakra. Memory, destiny. Just a circuit. Signals, sputter,
burst, summate, propagate. Transcend or decay, by chance, unless . . .

**KAVITHA:** It's a sign. That you'll come?

**KANAN:** . . . One subiculum to medial mammillary body—mammillothalamic
tract to anterior nucleus of thalamus—thalamocortical fibres to cingulate
cortex—from cingulate cortex to entorhinal cortex, directly to subiculum . . . and
hippocampus . . . the wheel.

Kavalan. The wheel. Ignite it.

Or the signal stutters and fails.

**KAVITHA:** *(a whisper or echo)* Kavalan . . .

**KANAN:** And brief transcendence decays into the stillness of night.

THANGAN *is silently tossing and turning in bed, growing more agitated, at times his
left hand reaching out.* SEVI *lies awake, alert.* KANAN *continues to mutter his mantra.*
KAVITHA *bravely considers putting the anklets on.* THANGAN's *cry punctures the music
created by* KANAN *and* KAVITHA:

**THANGAN:** KAVALAN . . . KAVALAN.

THANGAN's *left hand convulses first, then his body tenses throughout and he begins
to repetitively flex and extend his arms and legs. These are low-amplitude, subtle
movements. As he convulses,* SEVI *turns on a light and reaches over to her husband,
stabilizing his head until his convulsion resolves and he falls still. She remains
awake, vigilant.*

பாத்தீங்களே காவலன் அண்ணா? நான் ஒரு புதையலை கண்டுபிடிச்சிருக்கிறன். இது ஒளிச்சு இருந்தது. எனக்கு அது கேட்டது.

**கண்ணன்:** Hippocampus to mammillary bodies to the thalamus—cingulate cortex—entorhinal cortex, subiculum, hippocampus. Hippocampus, again hippocampus, the hub of the wheel. சக்கரத்தின் மையம். சக்கரம். நினைவுகள், தலைவிதி. எல்லாம் வெறும் electric circuits. சிக்னல்கள் தெறிச்சு, வெடிச்சு, ஒண்டாகி, பெருகி எல்லை மீறிப்போகுது அல்லது சிதைஞ்சு போகுது. அண்லெஸ்

**கவிதா:** நீங்கள் வருவீங்கள் எண்டதுக்கு இது ஒரு சைன் இல்லையே?

**கண்ணன்:** . . . One subiculum to medial mammillary body—mammillothalamic tract to anterior nucleus of thalamus—thalamocortical fibres to cingulate cortex—from cingulate cortex to entorhinal cortex, directly to subiculum . . . and hippocampus . . . the wheel. சக்கரம்.

காவலன்! அதைக் கொளுத்தி எரியுங்கோ! இல்லையெண்டா சிக்னல் தடைப்பட்டு நிண்டிடும்.

**கவிதா:** *(இரகசியமான குரலில்)* காவலன்!

**கண்ணன்:** ஒரு கணநேர வரம்புமீறல் இரவின் அமைதிக்குள் கரைந்துபோகிறது!

*(தங்கன் கட்டிலிலே அமைதியின்றிப் புரண்டுகொண்டிருக்கிறான். அவன் அசைவுகள் வரவர மூர்க்கமடைகின்றன. அவ்வப்போது அவனது இடது கை எதையோ நோக்கி நீளுகிறது. செவ்வி விழித்திருக்கிறாள். கண்ணன் தொடர்ந்து தன் மந்திரத்தை ஓதுகிறான். கவிதா சலங்கைகளை அணிந்துகொள்ளலாமா வேண்டாமா எனச் சிந்திக்கிறாள். தங்கனின் கதறல் கண்ணனினதும் கவிதாவினதும் இசைபோன்ற பேச்சுக்களை ஊடறுக்கிறது.)*

**தங்கன்:** காவலன் . . . காவலன் . . .

*(தங்கனின் இடது கை முதலில் வலிப்பெடுக்கிறது. தொடர்ந்து முழு உடலுக்கும் வலிப்புப் பரவி கைகால்கள் மீண்டும் மீண்டும் முடங்கி நிமிர்கின்றன. செவ்வி விளக்கைப் போட்டுவிட்டு அவனின் வலிப்புகள் அடங்கும்வரை அவனின் தலையை அசையாது அணைத்துப்பிடித்தவண்ணம் இருக்கிறாள். தங்கன் வலிப்புகள் அடங்கி அமைதியாகிறான். அவள் தொடர்ந்தும் விழித்திருக்கிறாள். விழிப்புடன் இருக்கிறாள்.)*

# SCENE ONE

*The television is on.* THANGAN *watches a* BBC *report of relentless advances by the Sri Lankan Army into Tamil Tiger territories in the north. He flips the channel to a* CBC *report of Tamil protests blocking off the Gardiner Expressway in Toronto. He turns the* TV *off.*

KAVITHA *enters.*

**KAVITHA:** Appa? Appa? *[Dad? Dad?]*

**THANGAN:** Little jewel. You are home. Tell me all about school.

**KAVITHA:** So boring.

**THANGAN:** Really? Well what did you learn about?

**KAVITHA:** The water cycle.

**THANGAN:** Very well, little professor. Tell me, where does the rain come from?

**KAVITHA:** The sea. Water evaporates, travels, condenses, and then falls. Great big rivers carry it back to the sea.

**THANGAN:** That is very odd. I was taught that raindrops are Lord Indra's tears and great rivers are strands of Lord Shiva's hair.

**KAVITHA:** No, that's all wrong. Let me show you. I made a flow chart.

KAVITHA *grabs her bag. She stops.*

I have a better idea. Close your eyes.

## காட்சி ஒன்று

*(தொலைக்காட்சி போட்டிருக்கிறது. அதிலே இலங்கையில் போரிலே இராணுவம் புலிகளுக்கு எதிராக தொடர்ந்து முன்னேறிவருவதுபற்றி செய்தி அறிவிக்கப்படுவதை தங்கன் பார்த்துக்கொண்டிருக்கிறான். அவன் நிலையத்தை மாற்றுகிறான். அடுத்ததாக தொரந்தோவின் காடினர் கடுகதி வீதியை ஆர்ப்பாட்டக்காரர்கள் வழிமறித்ததுபற்றிய செய்தி வருகிறது. தங்கன் தொலைக்காட்சியை அணைத்துவிடுகிறான்.)*

**கவிதா:** அப்பா? அப்பா?

**தங்கன்:** ராசாத்தி வந்திட்டீங்களே? ம் பள்ளிக்கூடத்தில என்ன நடந்தது?

**கவிதா:** சரியான போரிங்

**தங்கன்:** உண்மையாவோ? சரி என்னத்தைப்பற்றிப் படிச்சனீங்கள்?

**கவிதா:** த வோட்டர் சைக்கிள்

**தங்கன்:** *(மிகையான நடிப்போடு)* மிக்க நன்று பேராசிரியரே. கூறும் மழை எங்கே இருந்து வருகிறது?

**கவிதா:** கடல் தண்ணி ஆவியாகி மேலபோய் பிறகு குளிரேக்கை திருப்பியும தண்ணியாகி பூமில் வீழும். அதைப் பெரிய ஆறுகள் திருப்பிக் கடலுக்குக் கொண்டுபோய்ச் சேர்க்கும்

**தங்கன்:** இதென்ன புதுக்கதை? இந்திரனின்டை கண்ணீர்த்துளிகள்தான் மழை. சிவனின்டை சடாமுடிதான் ஆறுகள் எண்டெல்லோ எனக்குச் சொல்லித்தந்தவை.

**கவிதா:** இல்லை அது பிழை. இங்க வாங்கோ நான் காட்டித்தாறன். நான் ஒரு ஃப்ளோ சார்ட் செய்தனான்.

**THANGAN:** I'm ready.

*KAVITHA opens her bag, puts the salangai on, and then makes herself into a tiny little ball on the floor—she's become a raindrop.*

**KAVITHA:** Okay. Open them. I am a raindrop. I'm evaporating.

*As she moves, the bells tinkle.*

And blowing about and . . .

**THANGAN:** Kavitha, those anklets . . .

**KAVITHA:** I found them. Last night . . . I heard them . . . while everyone was sleeping . . . they spoke to me . . .

**THANGAN:** Where?

**KAVITHA:** But . . . whose—

**THANGAN:** Where did you find them?

**KAVITHA:** Can I keep them?

**THANGAN:** Give them.

**KAVITHA:** No. Please . . . please. Just say what they are? Then . . . you can have them . . .

**THANGAN:** This isn't my story to tell.

**KAVITHA:** Please . . . I promise . . . I'll eat my vegetables.

**THANGAN:** All of them?

**KAVITHA:** . . . Yes.

*Beat.*

*(பாடசாலைப் பையை எடுக்கச் சென்று, பின் தயங்கி.)*

அதவிட நல்ல ஐடியா. கண்ணை மூடுங்கோ

**தங்கன்:** சரி மூடிற்றன்.

*(கவிதா பையைத்திறந்து சலங்கைகளை எடுத்து அணிந்துகொள்கிறாள். பின்னர் ஒரு மழைத்துளிபோல சுருண்டு தரையிற் படுத்துக்கொள்கிறாள்.)*

**கவிதா:** சரி கண்ணைத்திறவுங்கோ. நான் ஒரு மழைத்துளி. நான் ஆவியாகி, பறந்து, எழுந்து

**தங்கன்:** கவிதா, அந்தச் சலங்கை எங்காலை?

**கவிதா:** நான் கண்டெடுத்தனான். நேத்து ராத்திரி, எல்லாரும் நித்திரை கொள்ளேக்கை அது என்னோடை கதைச்சது எனக்குக் கேட்டது

**தங்கன்:** எங்கை?

**கவிதா:** ஆனா இது யாற்றை?

**தங்கன்:** எங்கை இதைக் கண்டனீங்கள்?

**கவிதா:** நான் வைச்சிருக்கட்டே?

**தங்கன்:** இங்கை தாங்கோ.

**கவிதா:** நோ. பிளீஸ் பிளீஸ். இது என்னண்டு சொல்லுங்கோ பிறகு தாறன். நான் அச்சாப்பிள்ளையா இருப்பன்

**தங்கன்:** இது என்ரை கதையில்லை நான் சொல்றதுக்கு.

**கவிதா:** பிளீஸ் பிளீஸ்?

**தங்கன்:** *(சற்று நிதானித்து)* இது சாவித்திரி எண்ட வீரமும் அன்பும் நிறைஞ்ச ஒரு பொம்பிளையின்றை சலங்கை. தன்றை புருசன் மேலயிருந்த பாசத்தால ஒரு முறை யமனின்டை கையிலயிருந்தே தன்றை புருசன்றை உயிரைப் பறிச்செடுத்த பொம்பிளை.

**கவிதா:** புருசன்றை பேர் என்ன?

THANGAN: These . . . belonged . . . to Savitri, wife of Satyavan, a courageous and devoted woman who loved her husband so much that once she was able to pluck his soul from the hands of Yama, god of death.

Satyavan was pure of spirit, handsome, and kind, but, as it goes with all the good ones, he was cursed. He was fated to die exactly one year after his marriage.

KAVITHA: Fated to die?

THANGAN: Let's say it was written.

KAVITHA: By who?

THANGAN: The gods.

KAVITHA: Written where?

THANGAN: On Satyavan's bones.

KAVITHA: How?

THANGAN: In Tamil . . . if you would learn—you could—

KAVITHA: Appa . . .

THANGAN: Well let's just say it's the kind of writing you can't erase.

Shall I finish? On the appointed day, the lovers were walking in the forest, gazing into each other's eyes, when all of a sudden Satyavan swooned and fell to the ground.

Yama, god of death, appeared. With a deep breath he drew the purusha [soul] from Satyavan's body. With the ember of Satyavan's soul in the palm of his hand, Yama turned towards the shadow world.

KAVITHA: Oh no!

THANGAN: But Savitri followed him. These bells upon her feet quieted her fears, and she bravely spoke with the god of death about love and philosophy.

**தங்கன்:** சத்தியவான். அவன் மிகவும் நல்லவன். நேர்மையானவன். அழகானவன். ஆனா, நல்லாக்கள் எல்லாருக்கும் இருக்கிறதுமாதிரியே அவனுக்கும் ஒரு சாபம் இருந்தது. கலியாணம் முடிச்சு சரியாக ஒரு வருசத்தில அவன் சாவான் எண்டதுதான் அந்த சாபம்.

**கவிதா:** சாவான் எண்டு சாபமோ?

**தங்கன்:** அவனுக்கு அப்பிடித்தான் எழுதியிருந்தது எண்டு வைச்சுக்கொள்ளுவமே.

**கவிதா:** யார் எழுதினது?

**தங்கன்:** கடவுள்மார்தான்.

**கவிதா:** எங்க எழுதியிருந்தது?

**தங்கன்:** சத்தியவானின்ரை எலும்புகளிலை.

**கவிதா:** எப்பிடி?

**தங்கன்:** தமிழிலை. நீங்கள் தமிழை வாசிக்கப்பழகினா நீங்களே அதை வாசிக்கலாம்.

**கவிதா:** *(செல்லக் கோபத்தோடு)* அப்பா . . .

**தங்கன்:** சரி. ஒருதராலயும் அழிக்கமுடியாதமாதிரி எழுதியிருந்ததெண்டு வைச்சுக் கொள்ளுவம்.

நான் கதையை முடிக்கட்டே? *(மிகையான நடிப்புடன்)* விதிக்கப்பட்ட அந்த நாளில், காதலர்கள் இருவரும் ஒருவர் கண்ணை ஒருவர் பார்த்தபடியே தம்மை மறந்து காட்டின் நடுவிலே நடந்து சென்ற வேளையில்—திடீரென—சத்தியவான் மயங்கி விழுந்தான். அப்போது அங்கே மரணத்தின் கடவுள் யமன் தோன்றி ஒரு மூச்சிலே சத்தியவானின் உயிரை உருவி எடுத்து தன் கையிலே பிடித்துக்கொண்டு பாதாள உலகை நோக்கித் திரும்பினான்.

**கவிதா:** ஐயோ!

**தங்கன்:** ஆனா சாவித்திரி விடயில்லை. அவனைப் பின்தொடர்ந்து போனா. இந்தச் சலங்கையின்றை சத்தந்தான் அவளுக்குத் துணிவைக் குடுத்து யமனோட சாவைப்பற்றியும், அன்பைப்பற்றியும் தத்துவம் கதைக்க உதவினது.

KAVITHA: And he liked that?

THANGAN: He really liked that. The sound of the bells charmed him. Her fearless love moved him so much that he released Satyavan's soul. That's how she brought him back from the dead.

KAVITHA: Appa, what does Yama look like?

THANGAN: Oh, he has blood-red eyes. His face . . . his face is a gaping hollow. And yet, when one is ready, he is a comforting sight.

KAVITHA: Did they live happily ever after?

*They hear sounds from outside: footsteps, and then a key turning in a lock.*

THANGAN: Quick—put them away! Hurry. Hurry!

*As the door opens,* KAVITHA *thrusts them at* THANGAN. *He hides them behind his back.* SEVI *enters.*

SEVI: Eppidi, Thangan? Eppidi irrukiringal, kutti? *[How are you, Thangan? How are you keeping, little angel?]*

THANGAN: Sevi, how was your day?

SEVI: Fine. Did you start dinner?

THANGAN: No. Would you like some tea?

SEVI *puts her money in her cash box. Then starts to count all of the money in the box.*

SEVI: Yes.

THANGAN: How was work?

SEVI: Well, Mrs. Desai thinks the world's come to an end because she couldn't get her roots done. The expressway's closed. All because we . . . "Because Tamil fanatics are holding commuters hostage."

THANGAN: Did you say anything?

**கவிதா:** அவன் என்ன செய்தவன்?

**தங்கன்:** அவனுக்கு அது நல்லாப் பிடிச்சுக்கொண்டுது. சலங்கையின்ற சத்தம் அவனைக் கவர்ந்தது. அவளின்ற துணிச்சாலான அன்பு அவனை இரங்க வைச்சு அவன் சத்தியவானின்டை உயிரை விடுதலை செய்தான். இப்பிடித்தான் சாவித்திரி சத்தியவானை சாவில இருந்து மீட்டுக்கொண்டு வந்தவ.

**கவிதா:** அப்பா, யமன் எப்பிடி இருப்பான்?

**தங்கன்:** ஓ அவனிண்டை கண்கள் ரெண்டும் ரத்தச் சிவப்பு. அவன்றை முகம் . . . முகம் ஒரு பெரிய குழி. இருந்தாலும், ஒருதர் அவனைச் சந்திக்கத் தயாரா இருக்கேக்க, அவனப் பார்க்க ஆறுதலாத்தான் இருக்கும்.

**கவிதா:** அதுக்குப் பிறகு அவை ஹப்பிலி எவர் ஆ.்.ப்டர் சந்தோசமா இருந்தவையே?

*(கதவு திறக்கும் சத்தம்.)*

**தங்கன்:** *(சலங்கையை காட்டி, கவிதாவிடம்.)* அதை ஒளியுங்கோ. ஒளியுங்கோ. கெதியா! கெதியா!

*(கதவு திறக்கவும், கவிதா சலங்கையைத் தக்கனின் கைகளில் திணிக்கிறாள். அவன் அதைத் தன் பின்னால் மறைக்க முயற்சிக்கிறான். செவ்வி என்கிற செவ்வானம் உள்ளே நுழைகிறாள்.)*

**செவ்வி:** எப்பிடித் தங்கன்? எப்பிடி இருக்கிறீங்கள் குட்டி?

**தங்கன்:** உங்கடை பாடு எப்பிடிப்போச்சுது இண்டைக்கு?

**செவ்வி:** பரவாயில்லை. ஏதும் சமைச்சனீங்களே?

**தங்கன்:** இல்லை. தேத்தண்ணி தரட்டே?

*(செவ்வி தான் கொணர்ந்த பணத்தைப் பெட்டியில் வைத்துவிட்டு இருக்கும் பணத்தை எண்ணுகிறாள்.)*

**செவ்வி:** ஓம்.

**தங்கன்:** வேலை எப்பிடி?

**SEVI:** I kept scrubbing her floor.

*SEVI keeps counting the cash.*

My cash is short.

*Beat.*

Thangan, my cash is a hundred dollars short—

**THANGAN:** Sinnadurai Aiyah came to see us today. He's looking like a ghost. In the middle of all this, his wife's had a heart attack. He's sleeping at the hospital. Taxis, calls, medicines . . . I couldn't bear his eyes.

**SEVI:** You gave away my money?

**THANGAN:** What should he do? Beg in the street, Sevi? We're not hungry or homeless . . .

**SEVI:** Yet. A hundred dollars? Kavi needs new shoes.

**KAVITHA:** They're not so tight . . .

**SEVI:** You can't work. You won't work.

**THANGAN:** I'll talk to him. I'll ask for it back.

**SEVI:** Can't you understand? You—you hand out my money, and *do* nothing, nothing that will change anything!

**KAVITHA:** They're not so tight!

**SEVI:** What?

**KAVITHA:** My shoes. They're okay, Amma.

*Beat.*

*THANGAN takes the opportunity to try to hide the anklets. They jangle. KAVITHA places herself between the anklets and SEVI.*

**செவ்வி:** வேலையோ? மிசிஸ் தேசாய் நினைக்கிறா தான் தன்ரை நரை முடிக்கு மை அடிக்கேலாமப் போனபடியா உலகம் முடியப்போதுகு எண்டு. காடினர் எக்ஸ்பிரஸ்வே பூட்டிக்கிடக்கு. "எல்லாம் இந்தத் தமிழ்ப் பைத்தியக்காரங்கள் ரோட்டுகளை மறிக்கிறதாலதான்" எண்டு சொல்லுறா.

**தங்கன்:** நீங்கள் என்னவும் சொன்னனீங்களே?

**செவ்வி:** நான் நல்லா உரஞ்சி உரஞ்சி நிலத்தைக் கழுவிக்கொண்டிருந்தனான்.

*(தொடர்ந்து பணத்தை எண்ணியபடி.)*

காசு குறையுது.

*(சற்று இடைவெளிவிட்டு.)*

தங்கன் என்ரை காசு நூறு டொலர் குறையுது.

**தங்கன்:** சின்னத்துரை ஐயா வந்தவர். மனுசனைப் பாக்க எலும்புக்கூடு மாதிரி இருக்கு. ஆஸ்பத்திரியிலதான் படுக்கிறவராம். மனுசிக்கு ஹார்ட் அட்டக் வந்து—டக்சிக்காசு, டெலிபோன் காசு, மருந்துக்காசு எண்டு—அவரைப் பாக்க என்னால தாங்கமுடியேல்லை.

**செவ்வி:** என்ரை காசைக் குடுத்தனீரே?

**தங்கன்:** அவரை என்ன செய்யச்சொல்லுறீங்கள் செவ்வி? ரோட்டில பிச்சையெடுக்கச் சொல்லுறீங்களே? நாங்கள் பட்டினி கிடக்கேல்லைத்தானே.

**செவ்வி:** இன்னும் இல்லை. அதுக்கு நூறு டொலர்? கவிக்குப் புதுச் சப்பாத்து வாங்கோணும்.

**கவிதா:** எனக்கு வேண்டேல்லை.

**செவ்வி:** உம்மால வேலை செய்யேலாது. நீர் வேலை செய்ய மாட்டீர்.

**தங்கன்:** நான் அவரோடை கதைக்கிறன். காசு திருப்பி வேணும் எண்டு கேக்கிறன்.

**செவ்வி:** உமக்கு விளங்கேல்லையே? நீர் என்ரை காசைச் சும்மா தானமாக் குடுத்துப்போட்டு, ஒண்டுமே நடக்காததுமாதிரி ஒண்டுமே செய்யாம அப்பிடியே இரும்.

**SEVI:** What was that sound?

**KAVITHA:** My lunch box.

**SEVI:** Kavi . . .

**KAVITHA:** I really liked the sandwich. I didn't eat my orange. I could eat it now. So what's for dinner?

Honest, I didn't go looking for anything. A few days ago, it was the moon. I couldn't sleep, Amma, I heard a sound—a drum—not scary, light, fast, like mouse feet, and then a bell. The sound was high and clear. So I came in here. Maybe we do have mice? And one of them fell in a pot and it clanged and—

**SEVI:** You have put your hands—

**KAVITHA:** Under the sink—

**SEVI:** Where they don't—

**KAVITHA:** I just opened the cupboard.

**SEVI:** What else did you take?

**KAVITHA:** A package of mouldy old newspaper. Inside there was red and gold sari cloth, a rope of braided hair, and these.

*KAVITHA turns, takes the salangai from THANGAN, and reveals them to SEVI.*

Are they yours?

*Beat.*

Can I have them?

**SEVI:** No.

**KAVITHA:** But if you don't want them—

**SEVI:** They are old and dirty.

**கவிதா:** எனக்கு வெட்டேல்லை.

**செவ்வி:** என்ன வெட்டேல்லை.

**கவிதா:** என்ரை சப்பாத்து.

*(தங்கன் இந்தச் சந்தர்ப்பத்தில் சலங்கையை மறைத்துவைக்க முயற்சிக்கையில் அவை ஓசை எழுப்புகின்றன. கவிதா ஓடிச்சென்று சலங்கைகளுக்கும் செவ்விக்கும் இடையில் நிற்கிறாள்.)*

**செவ்வி:** அது என்ன சத்தம்?

**கவிதா:** என்ரை லஞ்ச் பொக்ஸ்.

**செவ்வி:** கவி!

**கவிதா:** சன்ட்விச் நல்லாயிருந்ததம்மா. ஒரேஞ்சை நான் சாப்பிடேல்லை. நான் இப்ப சாப்பிடுறன். இராவைக்கு என்ன சாப்பாடு?

சத்தியமா நான் தேடி எடுக்கேல்லை. அண்டைக்கு நிலவு வெளிச்சத்தில எனக்கு நித்திரை வரேல்லை அம்மா. எனக்கு ஒரு சத்தம் கேட்டது. ட்ரம் சத்தம். பயங்கரமா இல்லை ஃபாஸ்ற்றா எலி ஓடுறமாதிரி. பிறகு ஒரு மணிச் சத்தம். நல்ல சத்தமா தெளிவாக் கேட்டது. அதுதான் நான் இங்க வந்தனான். மே பி, எங்கட வீட்டை எலி இருக்குதோ? அதில ஒண்டு பானைக்குள்ள விழுந்து கிளாங் எண்டு சத்தம் போட்டுதோ?

**செவ்வி:** நீ உன்ரை கையை

**கவிதா:** சிங்குக்குக் கீழை

**செவ்வி:** தேவையில்லாத இடத்துக்குள்ளை ஓட்டி

**கவிதா:** நான் சும்மா கபோடை திறந்தனான்

**செவ்வி:** வேறை என்ன எடுத்தனி?

**கவிதா:** பழைய மோல்ட் பிடிச்ச நியூஸ் பேப்பர் கொஞ்சம். அதில சுத்தி ஒரு ரெட் அன்ட் கோல்ட் சாறி, நீட்டுப் பின்னின மயிர், மற்றது இது.

*(தங்கனிடமிருந்து சலங்கையை எடுத்து செவ்விக்குக் காட்டுகிறாள்.)*

**KAVITHA:** BECAUSE—they—were—under—the—sink.

**SEVI:** Put them away.

**KAVITHA:** But they sing. I put them under my pillow and—

**SEVI:** Under your pillow?

**KAVITHA:** I dream I'm dancing. My hair long, like a river, making everything green. I wear them. I kick up dust, it rises like demons, I kick them right over—

**SEVI:** They don't belong to you—

**KAVITHA:** Can't you just show me—

**SEVI:** No. Put them back where you found them. Or I will throw them out. I will throw them—

| | |
|---|---|
| **KAVITHA:** No! | **THANGAN:** All right, all right—kutti, bring them to me. |

*The door opens.* KANAN *enters.* KAVITHA *hugs him as* THANGAN *puts the salangai back under the sink.*

**KAVITHA:** Annan! *[Older brother!]*

**KANAN:** Everything all right?

**SEVI:** Yes, everything is fine.

*KANAN gets a text.*

**THANGAN:** Well, how was your exam?

*KANAN is distracted by his phone.*

**KANAN:** Difficult.

**THANGAN:** With all your hard work?

இது உங்கடயே?

*(சற்றுத் தாமதித்து.)*

எனக்குத் தாறிங்களே?

**செவ்வி:** சும்மா போ

**கவிதா:** உங்களுக்கு வேண்டாமெண்டா பிறகென்ன?

**செவ்வி:** அது பழசு. அழுக்கு.

**கவிதா:** அது சிங்குக்குக் கீழ இருந்தபடியால்தான்

**செவ்வி:** அதை அங்கால வை.

**கவிதா:** அனா அதுகள் பாடோணுமாம். தே வோன்ற் டு சிங். நான் என்ரை பிலோவுக்குக் கீழ வைச்சனான் பிறகு.

**செவ்வி:** பிலோவுக்குக் கீழயோ?

**கவிதா:** நான் டான்ஸ் ஆடுறன் எண்டு கனவுகண்டனான். என்ரை நீட்டு தலைமயிர் ஒரு ஆறு மாதிரிப் பாட்ட இடமெல்லாம் பச்சைப்பசேலெண்டு. நான் அதுகளை உடுப்புமாதிரி போட்டுக்கொண்டு. நான் மண்ணைக் காலால குத்த புழுதி அப்படியே பூதங்கள் மாதிரி எழும்புது. நான் அதுகளை உதைச்சுத் தள்ளுறன்.

**செவ்வி:** அது உன்னுடையதில்லை.

**கவிதா:** எனக்குச் சொல்லித்தர மாட்டீங்களே?

**செவ்வி:** இல்லை. அதைக் கண்டுபிடிச்ச இடத்தில கொண்டுபோய் வை. இல்லையெண்டா எறிஞ்சுபோடுவன். வெளியால எறிவன்.

**கவிதா:** வேண்டாம்!

**தங்கன்:** சரி சரி. குட்டி அதை என்னட்டைத் தாங்கோ.

*(கதவு திறக்க, கண்ணன் உள்ளே நுழைகிறான். கவிதா அவனைக் கட்டியணைக்கிறாள். அந்த வேளையில், தங்கன் சலங்கைகளை உரிய இடத்தில் வைக்கிறான்.)*

**KANAN:** I couldn't focus.

**SEVI:** Mahan *[son]*, come, will you eat? I'm sure you've done well enough.

**KANAN:** I left the exam. To go to the demo.

*KANAN turns the TV on.*

**THANGAN:** What?

*THANGAN moves to turn TV off.*

**KANAN:** Wait—I want to see it. Fuck—

**SEVI:** Kanan!

**KANAN:** Its so intense . . . still going. One hundred thousand people, and not just Tamils.

**THANGAN:** You were there?

**KANAN:** I'm going back—

**THANGAN:** But I've forbidden it.

*Beat.*

**KANAN:** Appa, calm down, please. I thought you'd understand, I had to be a part of it. We were so powerful, thousands of us. We stopped six lanes of traffic, holding hands, chanting, in one voice. "Ceasefire now! Stop the genocide now!"

**KAVITHA:** You were on the expressway? Maybe you're on TV!

*THANGAN turns the TV off and KANAN turns back to his phone.*

Oh wow—can I go?

**THANGAN:** No.

**கவிதா:** அண்ணா!

**கண்ணன்:** எல்லாம் ஓகேயா?

**செவ்வி:** ஓம் எல்லாம் ஓகே.

*(கண்ணனுக்கு செல்பேசியில் குறுஞ்செய்தியொன்று வருகிறது.)*

**தங்கன்:** சோதனை எப்பிடி?

*(குறுஞ்செய்தியைப் படிப்பதில் கவனத்தைச் செலுத்தியவனாக)*

**கண்ணன்:** கஷ்டம்.

**தங்கன்:** நல்லாப் படிச்சனிதானே?

**கண்ணன்:** என்னால ஃபோக்கஸ் பண்ண முடியேல்ல.

**செவ்வி:** வா மகன். என்னவும் சாப்பிடிறியே? சோதனை நல்லாத்தான் செய்திருப்பாய்.

**தங்கன்:** கவலைப்படாத. இரவு பகலா கஷ்டப்பட்டுப் படிச்சனி. அது கட்டாயம் உதவும்.

**கண்ணன்:** சோதனையில இருந்து நடுவில வெளிக்கிட்டுட்டன். ஆர்ப்பாட்டத்திற்குப் போறதுக்காக.

*(கண்ணன் தொலைக்காட்சியைப் போடுகிறான்.)*

**தங்கன்:** என்ன?

*(தங்கன் தொலைக்காட்சியை அணைக்க முற்படுகிறான்.)*

**கண்ணன்:** பொறுங்கோ! நான் பாக்கப்போறன்!

*(தொலைக்காட்சியைப் பார்த்தவாறே, தன்னை மறந்து.)*

ஃபக்!

**செவ்வி:** *(அதட்டி)* கண்ணன்!

*KANAN is texting someone.*

**KANAN:** I gotta go—I'm going. Amma, I'll eat later, okay?

**SEVI:** Just go—

**KAVITHA:** Can't I come?

*KAVITHA looks at SEVI, who hesitates.*

**SEVI:** Shall we?

**THANGAN:** No.

**KANAN:** We're being wiped off the map. We should *all* be there!

**THANGAN:** *We* aren't being wiped off anything—

**KAVITHA:** I want to go—

**THANGAN:** Politics is forbidden.

**KANAN:** Everything is politics.

**SEVI:** Thangan, it's a peaceful protest.

*(to KANAN)* Go.

**THANGAN:** Illai! *[No!]*

**KANAN:** I am doing what you taught me. The IPKF, the Sri Lankan Army, the Tamil factions. You protested them all. Should I quote you? "I will write until I have no hands and speak until—"

**THANGAN:** I don't write anymore.

**KANAN:** You have a voice—

**THANGAN:** To say what?

**கண்ணன்:** *(சுதாகரித்து)* இன்னும் உக்கிரமா நடக்குது. ஒரு இலட்சம் பேர். தமிழாக்கள் மட்டுமில்லை.

**தங்கன்:** நீ அங்க போனனியே?

**கண்ணன்:** நான் திரும்பிப் போறன்.

**தங்கன்:** அந்தப்பக்கம் போகக்கூடாது எண்டு சொன்னனானில்லே?

**கண்ணன்:** அப்பா பிளீஸ் காம் டவுண். உங்களுக்கு விளங்கும் எண்டு நினைச்சன். நான் அங்க போயே ஆகவேணும். நாங்கள் எவ்வளவு பலமா இருந்தனாங்கள் தெரியுமே? ஆறு லேன்ஸ்சில ட்ர.ஃபிக்கை நிப்பாட்டிட்டம். கையைக் கோர்த்துக்கொண்டு ஒரே குரலில "சீஸ் ஃபையர் நவ்! ஸ்ரொப் த ஜெனசைட் நவ்!"

**கவிதா:** காடினரில நிண்டனீங்களே? சிலநேரம் ரி வியில காட்டுவினம்.

*(தங்கன் தொலைக்காட்சியை அணைக்கிறான். கண்ணன் செல்பேசியை எடுக்கிறான்.)*

வாவ்! நானும் போகட்டே.

**தங்கன்:** முடியாது!

*(கண்ணன் குறுஞ்செய்தியொன்றைத் தட்டச்சுச் செய்தவாறே.)*

**கண்ணன்:** நான் வெளிக்கிடவேணும். நான் போறன். அம்மா நான் பிறகு சாப்பிடுறன். ஓகே.

**செவ்வி:** சரி போ!

**கவிதா:** நான் வரேலாதே?

*(கவி செவ்வியைப் பார்க்க, செவ்வி தயங்கி.)*

**செவ்வி:** நாங்களும் வரவே.

**தங்கன்:** வேண்டாம்!

**KANAN:** We're being slaughtered like cattle in a cage. Thirty years of struggle . . . our movement . . . we are being crushed!

**THANGAN:** Your movement?

**KANAN:** Our movement—

**THANGAN:** Is already finished!

**KANAN:** My brothers are out there. Fighting. Marching. They haven't given up.

**THANGAN:** Oh yes they have. Thirty years ago we took up arms and pledged our lives for freedom. Today we are lost. We silenced our dissenters, banished our poets, taught our children to kill. WE ARE LOST.

It is of no consequence. In a few weeks—no, days—the world will forget that we fought. They will forget that we lost.

**SEVI:** I remember.

**THANGAN:** We deserve to be forgotten . . .

**KANAN:** Appa, *you* always said that a peacock's feather can break the axle of a juggernaut.

**THANGAN:** Poetry.

**KANAN:** My voice is the feather.

**THANGAN:** Your voice is irrelevant. No one is listening.

**KAVITHA:** I am. I want to go!

**THANGAN:** Go to your room.

**SEVI:** Our son speaks well, like a man I used to know . . .

**THANGAN:** Yes.

**கண்ணன்:** எங்களைத் துடைச்சு அழிச்சுக்கொண்டிருக்கிறாங்கள். நாங்கள் எல்லாரும் அங்க இருக்கவேணும்.

**தங்கன்:** எங்களைத் துடைக்கவுமில்லை அழிக்கவுமில்லை.

**கவிதா:** நான் போகப்போறன்.

**தங்கன்:** அரசியல் கூடாது எண்டு சொல்லியிருக்கிறன்.

**கண்ணன்:** எல்லாமே அரசியல்தானே!

**செவ்வி:** தங்கன் அது ஒரு அமைதியான போராட்டம். *(கண்ணனிடம்)* நீ போ!

**தங்கன்:** இல்லை. போகாதை!

**கண்ணன்:** நீங்கள் சொல்லித்தந்ததைத்தான் நான் செய்யிறன். ஐ.பி. கே.எ.ஃ.ப், ஸ்ரீலங்கன் ஆர்மி, தமிழ்க் குழுக்கள் இது எல்லாத்திற்கும் எதிரா நீங்கள் போராடியிருக்கிறீங்கள். "எனது கைகளை இழக்கும்வரை நான் எழுதிக்கொண்டிருப்பேன்" எண்டு நீங்கள்தானே சொன்னனீங்கள்?

**தங்கன்:** நான் இப்ப எழுதிறதில்லை.

**கண்ணன்:** உங்களுக்கு ஒரு குரலிருக்கு?

**தங்கன்:** அதை வைச்சு என்னத்தைச் சொல்லுறது?

**கண்ணன்:** ஒரு கூட்டுக்குள்ளை அடைச்சுவைச்சு ஆடுமாடுமாதிரி எங்களைக் கொல்லுறாங்கள். 30 வருசமாத் தொடர்ந்த போராட்டம். எங்கடை இயக்கம், நாங்கள், இண்டையோடை அழிக்கப்படலாம்.

**தங்கன்:** உங்கடை இயக்கமோ?

**கண்ணன்:** ஓம் எங்கடை இயக்கம்.

**தங்கன்:** அது ஏற்கனவே முடிஞ்சுபோச்சுது.

**கண்ணன்:** என்ரை சகோதரங்கள் இப்பவும் போராடுதுகள். ஊர்வலம்போகுதுகள். அதுகள் இன்னும் சரணடையேல்லை.

*(to* KANAN*)* Take a good look. Do you want to end up like me?

THANGAN *begins to have a seizure prodrome. His consciousness starts to shift, subtly at first.*

**SEVI:** Kutti, go to your room, please!

KAVITHA *turns to go.*

*(to* KANAN*)* Go! Just go!

**KANAN:** What did we survive for, Appa?

**SEVI:** Mahan, illai! *[Son, no!]*

**KANAN:** What did Kavalan die for?

THANGAN *begins to stagger backwards.*

**THANGAN:** . . . I could not save him.

**KANAN:** Coward!

**KAVITHA:** Stop it. Stop it—

THANGAN *seizes and collapses into* SEVI'S *arms.*

KANAN *exits.*

*Beat.*

THANGAN'S *mental state is altered, almost peaceful, quiet.*

**THANGAN:** . . . mahan . . . Kavalan . . .

  **KAVITHA:** Appa! I'm sorry.

**SEVI:** Its not your fault, kunju *[little one].*

**தங்கன்:** நிச்சயமாச் சரணடைஞ்சாச்சு! முப்பது வருசத்துக்கு முந்திச் சுதந்திரத்திற்காக எங்கடை உயிரை அர்ப்பணிச்சு ஆயுதத்தைக் கையில எடுத்தனாங்கள். இண்டைக்கு நாங்கள் துலைஞ்சுபோனம். மாற்றுக்கருத்திருந்தவையை ஒழிச்சுப்போட்டம், எங்கடை கவிஞர்களைக் கலைச்சுப்போட்டம், எங்கடை பிள்ளைகளுக்குக் கொலைசெய்யக் காட்டிக்குடுத்திட்டம். நாங்கள் துலைஞ்சுபோனம்.

இப்ப ஒரு பயனும் இல்லை. இன்னும் சில கிழமைகளில, இல்லை சில நாட்களில, நாங்கள் போராடினம் எண்டதையே உலகம் மறந்திடும். நாங்கள் தோற்றுப்போனம் எண்டதை உலகம் மறந்திடும்.

**செவ்வி:** நான் மறக்கமாட்டன்.

**தங்கன்:** நாங்கள் மறக்கப்படத்தான் தகுதியானவர்கள்.

**கண்ணன்:** அப்பா! மயிலின் இறகு தேரின் காலை உடைத்துவிடும் எண்டு நீங்கள் நெடுகலும் சொல்லுவீங்கள்.

**தங்கன்:** அது கவிதை! வெறும் பொய்!

**கண்ணன்:** என்ரை குரல்தான் மயிலிறகு!

**தங்கன்:** உன்ரை குரலுக்கு ஒரு பெறுமதியுமில்லை. ஒருதரும் அதைக் கேட்கயில்லை.

**கவிதா:** நான் கேட்கிறன். நான் போகப்போறன்.

**தங்கன்:** (கவிதாவிடம்) உன்ரை அறைக்க போ!

**செவ்வி:** என்ரை மகன் நல்லாப் பேசுறான். எனக்கு முந்தி நல்லாத்தெரிஞ்ச ஒரு ஆம்பிளை பேசினதுபோல இருக்கு.

**தங்கன்:** ஓம் (கண்ணனிடம்) என்னை நல்லாப் பார்! நீயும் என்னைமாதிரி ஆகப்போறியே?

(தங்கனுக்கு வலிப்பின் அறிகுறிகள் தோன்றுகின்றன. அவனின் நினைவு தவற ஆரம்பிக்கிறது.)

**செவ்வி:** குட்டி, உன்ரை அறைக்க போம்மா! பிளீஸ். (கண்ணனிடம்) போ நீ போ!

**THANGAN:** . . . Kavalan. Illai! . . .

*SEVI drops to her knees. Lights out.*

**கண்ணன்:** நாங்கள் என்னத்துக்காக அப்பா உயிர்தப்பியிருக்கிறம்?

**செவ்வி:** மகன் வேண்டாம்.

**கண்ணன்:** காவலன் என்னத்துக்காகச் செத்தவர்?

*(தங்கன் பின்னோக்கித் தடுமாற்றத்தோடு நகர்கிறான்.)*

**தங்கன்:** என்னால அவனைக் காப்பாத்த முடியேல்லை.

**கண்ணன்:** கவர்ட். கோழை.

**கவிதா:** ஸ்டொப் இட். நிப்பாட்டுங்கோ.

*(தங்கன் வலிப்புடன் செவ்வியின் கைகளுக்குள் சரிகிறான்.)*

*(கண்ணன் வெளியேறுகிறான்.)*

*(தங்கன் சுயநினைவு பிறழ்வுபட்டவனாக அமைதியாக இருக்கிறான்.)*

**தங்கன்:** மகன் . . . காவலன் . . .

**கவிதா:** அப்பா சொறி அப்பா.

**செவ்வி:** குஞ்சு இது உன்ரை பிழையில்லையம்மா.

**தங்கன்:** காவலன். இல்லை. இல்லை.

*(செவ்வி முழங்காலில் விழ ஒளி மங்குகிறது.)*

# SCENE TWO

*Time passes—the world collapses in this little room.*

*Outside, a massive demonstration rages on the streets.*

*KANAN is engulfed in it.*

*Although the demonstration is peaceful, THANGAN is restive. For him the danger is palpable.*

*SEVI comes downstairs and finds THANGAN restlessly sleeping. She quietly covers him with a blanket and keeps vigil beside him until she drifts off to sleep.*

*Time passes.*

# காட்சி இரண்டு

(நேரம் நகர்ந்துகொண்டிருக்கிறது. வெளியே வீதிகளில் பாரிய
ஆர்ப்பாட்டங்கள் நடந்துகொண்டிருக்க, உலகம் இந்தச் சின்னஞ்சிறிய
அறைக்குள் சுருங்கி ஒடுங்குகிறது. கண்ணன் அதன் மத்தியிலே இருக்கிறான்.
ஆர்ப்பாட்டங்கள் அமைதிவழியினவேயாகினும் எந்நேரமும் வன்முறை
வெடிக்கலாம் என்ற ஆபத்து அதிகரிக்கிறது. தங்கனால் வன்முறையை
உணர முடிகிறது. அவன் அமைதியற்ற தூக்கத்தில் புரள்கிறான்.
செவ்வி அமைதியாக தங்கனைப் போர்வையால் மூடுகிறாள். நேரம்
நகர்ந்துகொண்டிருக்கிறது.)

# SCENE THREE

*KANAN bursts in.*

**KANAN:** He's alive! He's alive!

**THANGAN:** *(startled)* . . . Mahan? . . . ni vanthitaai. *[Son, you're back safe.]*

**KANAN:** He's alive!

**THANGAN:** Yaar? *[Who?]*

**KANAN:** Kavalan is alive.

**SEVI:** Kavalan—

**THANGAN:** Enna? *[What?]*

**KANAN:** Kavalan is alive. At the demo tonight. I was marching, chanting. A man stopped me.

**THANGAN:** A man?

**KANAN:** . . . A stranger . . . stopped me . . . He held me like this in his hands. Looked into my eyes. At my face. Called me brother. He embraced me. He called me Kavalan . . .

**SEVI:** Kavalan?

**KANAN:** "I thought you would never get out. How did you get out?" That's what he said! He had tears in his eyes. He held me like a brother . . . like a comrade. I

# காட்சி மூன்று

*(கண்ணன் வேகமாக உள்ளே நுழைகிறான்.)*

**கண்ணன்:** ஹீ இஸ் எலைவ். அவர் சாகேல்லை.

**தங்கன்:** *(திடுக்குற்று)* மகன் நீ வந்திட்டாய்.

**கண்ணன்:** அவர் சாகேல்லை.

**தங்கன்:** யார்?

**கண்ணன்:** காவலன் உ யிரோடயிருக்கிறார்.

**செவ்வி:** காவலனோ?

**கண்ணன்:** காவலன் உயிரோடதான் இருக்கிறார். இண்டைக்கு ஊர்வலத்தில நான் கோஷம்போட்டுக்கொண்டு நடந்து போய்க்கொண்டிருந்தனான். ஒரு ஆள் என்னை நிப்பாட்டினவர்

**தங்கன்:** யார் ஆள்?

**கண்ணன்:** யாரெண்டு தெரியாதவொரு ஆள் . . . என்னை நிப்பாட்டி . . . என்ரை கையை இப்பிடிப் பிடிச்சு, என்ரை முகத்தை வடிவாப்பாத்து என்னைத் தம்பி எண்டு கூப்பிட்டவர். என்னைக் கட்டிப்பிடிச்சு காவலன் எண்டு கூப்பிட்டவர்.

**செவ்வி:** காவலன.

**கண்ணன்:** "நீ கடைசிமட்டும் வெளிக்கிட மாட்டாய் எண்டு நினைச்சன் என்னண்டு வெளிக்கிட்டனி" எண்டு கேட்டவர். அப்பிடிச்சொல்லேக்கை அவற்றை கண் கலங்கிட்டுது. ஒரு சகோதரன் மாதிரி, ஒரு சகபோராளி மாதிரி என்னைக் கட்டிப்பிடிச்சவர். அவற்றை பேர் என்ன எண்டு நான்கேட்க

spoke to ask his name. Then he got scared. He bolted. I've been running. I've been everywhere. Asked everyone. I was the last to leave. He's gone. I lost him.

**SEVI:** Kadavulei. *[Oh God.]*

*Beat.*

**THANGAN:** Lost him, good. Thank God. Come here. Have they given you drugs?

**SEVI:** Enna sollu? Thirupi sollu. *[Say what? Say that again.]*

**THANGAN:** They've frightened you . . . these are delusions.

**KANAN:** There is a man out there who knows Kavalan and he recognized me. Me, now.

**THANGAN:** It's a trick—

**KANAN:** No, Appa. It means he's alive.

**SEVI:** Kavalan. Oyiroda irukiraan. *[He is alive.]*

**THANGAN:** It's a lie—

**KANAN:** My brother is alive.

**SEVI:** Are you sure of what you saw? What he said?

**KANAN:** Yes!

**THANGAN:** It's a trap!

**SEVI:** He said *Kavalan*? He recognized you.

**KANAN:** Yes!

**THANGAN:** They'll find us. Don't speak of it again. They'll break you. Forget this!

**KANAN:** Listen to me! He's alive.

அவர் பயந்திட்டார், டக்கெண்டு என்னை விட்டுட்டு வேகமாய்ப் போய் மறைஞ்சிட்டார். நான் ஓடியோடித் தேடினனான். எல்லா இடமும் தேடினனான். எல்லாரிட்டையும் கேட்டனான். நான்தான் கடைசி ஆளாய் வெளிக்கிட்டனான். அவரை காணேல்லை. எங்கையோ போய்த் துலைஞ்சிட்டார்.

**செவ்வி:** கடவுளே!

**தங்கன்:** துலைஞ்சுபோனானோ? அதுதான் நல்லது. இங்க வா! உனக்கு ஏதும் மருந்துகிருந்து தந்தவங்களே?

**செவ்வி:** என்ன நடந்ததெண்டு திருப்பிச்சொல்லு மகன்!

**தங்கன்:** அவங்கள் உன்னை வெருட்டிப்போட்டாங்கள். இதெல்லாம் பிரமை.

**கண்ணன்:** காவலனைத் தெரிஞ்ச ஒரு ஆள் இருக்கிறார். அவர் என்னை அடையாளங்கண்டவர். என்னை! இப்ப!

**தங்கன்:** அது ஒரு ஏமாத்துவேலை.

**கண்ணன்:** இல்லையப்பா அவர் உயிரோடயிருக்கிறார் எண்டு அர்த்தம்.

**செவ்வி:** காவலன் உயிரோட இருக்கிறான்.

**தங்கன்:** அது பொய்.

**கண்ணன்:** என்ரை அண்ணா உயிரோட இருக்கிறார்.

**செவ்வி:** உனக்கு நிச்சயமா தெரியுமே அவர் உனக்கு என்ன சொன்னவர், நீ யாரைக் கண்டனி எண்டு?

**கண்ணன்:** ஓம்.

**தங்கன்:** உது ஒரு பொறி.

**செவ்வி:** அவர் காவலன் எண்டு கூப்பிட்டவரே? உன்னை அடையாளங் கண்டவரே?

**கண்ணன்:** ஓமம்மா.

*THANGAN goes to the door.*

**THANGAN:** Were you followed?

**SEVI:** Here. Your pills. Take them. All of them.

*THANGAN turns out the light.*

**THANGAN:** Shhh.                    **SEVI:** He's alive.

**KANAN:** We must find him—

**SEVI:** Can it be?

**THANGAN:** Illai, shut up. Shhhh. Shh . . .

**KANAN:** Before it's too late.

**THANGAN:** You're mad. They'll kill you too. Kill you. Tigers are no more, army, everywhere—there is a cage. A cage . . . and slaughter.

**SEVI:** Please, Thangan. Your pills.

*Beat.*

*THANGAN's affect changes abruptly, and he becomes fearful again.*

**THANGAN:** Don't move. Don't . . . Can't . . . protect you.

**KANAN:** There's no one to be afraid of, Appa.

**THANGAN:** . . . couldn't . . . can't protect you . . .

*SEVI and KANAN move to support THANGAN, gently bringing him to the couch. SEVI and KANAN speak together over THANGAN's anxiety and paranoia.*

**KANAN:** Appa, rest now. You are safe here.

**SEVI:** Kavalan, alive?

**தங்கன்:** அவங்கள் எங்களைக் கண்டுபிடிக்கப்போறாங்கள். உதைப்பற்றி இனிக்கதைக்காதை. உன்னை நொருக்கிப்போடுவாங்கள். உதை மறந்திடு.

**கண்ணன்:** சொல்லுறதைக் கேளுங்கோ! அவர் உயிரோட இருக்கிறார்.

**செவ்வி:** நாங்கள் அவனைக் கண்டுபிடிக்கவேணும்.

*(தங்கன் வாசற்கதவினருகேசென்று சந்தேகத்தோடு வெளியே நோட்டம்விடுகிறான்.)*

**தங்கன்:** உன்னைப் பின்தொடர்ந்து யாரும் வந்தவங்களே?

**செவ்வி:** இந்தாங்கோ குளிசைகளை எடுங்கோ. எல்லாத்தையும் எடுங்கோ.

*(தங்கன் விளக்குகளை அணைத்துவிட்டு மற்றவர்களை அமைதியாக இருக்கும்படி சைகை செய்கிறான்.)*

**தங்கன்:** ஷ்ஷ்ஷ்.

**செவ்வி:** அவன் உயிரோடயிருக்கிறான்.

**கண்ணன்:** நாங்கள் கண்டுபிடிக்கவேணும்.

**செவ்வி:** உண்மையாய் இருக்குமே?

**தங்கன்:** இல்லை. ஷ்ஷ்ஷ். வாயைப்பொத்து. ஷ்ஷ்ஷ்.

**கண்ணன்:** பி.ஃபோர் இற்ஸ் டூ லேற்.

**தங்கன்:** உனக்குப் பைத்தியம். அவங்கள் உன்னையும் கொல்லுவாங்கள். சாக்கொல்லுவாங்கள். புலிகளொருத்தரும் இப்ப இல்லை. ஆமிதான எல்லா இடமும் நிக்குது. அது ஒரு கூண்டு. கூண்டுக்கை அடைச்சுவைச்சுக் கொல்லுவாங்கள்.

**செவ்வி:** தங்கன் தயவுசெய்து குளிசையை எடுங்கோ.

*(தங்கன் சற்று அமைதியாகி மீண்டும் திடீரெனப் பதற்றத்துடன் பேசுகிறான்.)*

**தங்கன்:** அசையாதையுங்கோ. என்னால காப்பாத்தேலாது. காப்பாத்த முடியேல்லை.

**KANAN:** Yes.

**THANGAN:** They are coming . . . coming . . . coming.

**SEVI:** Take your pills. Please.

*THANGAN takes them and slowly settles. They watch him.*

There is hope.

**கண்ணன்:** அப்பா நாங்கள் ஒருதருக்கும் பயப்படத்தேவையில்லை அப்பா.

**தங்கன்:** முடியேல்லை. என்னால காப்பத்த முடியாது.

(இருவரும் தங்கனைத் தாங்கிப்பிடித்து மெதுவாக இருக்கைக்குள் அமரச்செய்கிறார்கள். அவனது பதற்றத்தையும் அறிவுப்பிறழ்ச்சியையும் மேவி பேசுகிறார்கள்.)

**கண்ணன்:** ஷ்ஷ்ஷ். அப்பா நீங்கள் இங்க சே.ஃ.ப்ஆ, இருக்கிறீங்கள்.

**செவ்வி:** காவலன் உயிரோடை இருக்கிறானோ?

**கண்ணன்:** ஓம்.

**தங்கன்:** அவங்கள் வாறாங்கள். வாறாங்கள்! வாறாங்கள்!

**செவ்வி:** குளிசையை எடுங்கோ. பிளீஸ்!

(தங்கன் மாத்திரைகளை உட்கொண்டுவிட்டு அமைதியாகிறான். அவர்கள் அவனைப் பார்த்தவண்ணம் சிந்தனையில் ஆழ்கின்றனர்.)

இன்னும் நம்பிக்கை இருக்கு.

# SCENE FOUR

*The scene is split between* KANAN/MENDOZA *and* KAVITHA/THANGAN.

*KANAN is at lab bench under bright lights, pipetting from several different solutions into a tray of small tubes. It's very precise, repetitive work. Normally he's very good at it, but he is making mistakes today.* MENDOZA *sits across the bench. She's trying to review results.*

*KAVITHA and THANGAN are at home in the early evening, in dim light.*

**MENDOZA:** What's the matter?

**KANAN:** It's Appa.

**MENDOZA:** He's my patient. You know I can't discuss—

**KANAN:** He's in another cluster. Several seizures a day. In between he's pretty psychotic. Paranoid. Mean.

*KANAN and MENDOZA speak together as KAVITHA and THANGAN talk at home.*

| | |
|---|---|
| *MENDOZA looks up.* | **THANGAN:** *(whispered)* Kavi . . . |
| **MENDOZA:** I'm so sorry. | Shhhh. Yama. He is coming. Don't move. Don't speak. |
| | *He pulls her too tightly towards him.* |
| **KANAN:** He needs surgery. You've said it before. It could cure him. | . . . the time is not right . . . the time is not right. |

— 44 —

# காட்சி நான்கு

*(கண்ணன் அவனின் பேராசிரியர் மென்டோசா ஆகியோருக்கிடையிலும், கவிதா தங்கன் ஆகியோருக்கிடையிலும் காட்சி பகிரப்படுகிறது. அவர்கள் இருவேறு இடங்களில் இருந்தாலும் உரையாடல்கள் ஒரே நேரத்தில் நிகழ்வதுபோல் நிகழ்த்தப்படவேண்டும். இந்தக் காட்சியிலே கண்ணனும் மென்டோசாவும் ஆங்கிலத்தில் பேசுகின்றார்கள் என்பதைப் பார்வையாளர்களுக்கு உணர்த்த எழுத்துநடை உரையாடல் பயன்படுத்தப்படுகிறது. தங்கனும் கவிதாவும் இயல்பான தமிழிலே பேசுவார்கள்.)*

*(கண்ணன் ஆய்வுக்கூட மேசையிலே சிறு குழாய்களுக்குள் பைப்பெற் எனும் நுண்ணளவுக்குழாய் கொண்டு வெவ்வேறு திரவங்களை விட்டுக்கொண்டிருக்கிறான். வழமையாக இத்தகைய நுணுக்கமான வேலைகளிலே அவன் வல்லவன். ஆனால் இன்று தவறுகள் விடுகிறான். மேன்டோசா ஆய்வேடுகளைப் பரிசீலித்தவண்ணம் அவனெதிரே அமர்ந்திருக்கிறார்.)*

*(கவிதாவும் தங்கனும் பாடசாலை முடிந்தபின்னான ஒரு முன்மாலையில் வீட்டிலே இருக்கிறார்கள். ஒரு மந்தாரமான நாளில், ஜன்னல்கள் குறைவாகவுள்ள ஒரு அறையில்ப் படரும் மங்கலான ஒளி படர்ந்திருக்கிறது.)*

**மென்டோசா:** என்ன சிக்கல்.

**கண்ணன்:** என் அப்பா!

**மென்டோசா:** நான் அவருடைய வைத்தியர். அவரைப்பற்றி உன்னுடன் கலந்துரையாட முடியாது என்று உனக்குத் தெரியும்.

**கண்ணன்:** நோயின் தாக்கம் மீண்டுமொருமுறை அதிகரித்திருக்கிறது. ஒரு நாளில் பலமுறை வலிப்புவருகிறது. அவற்றிற்கிடையே மிகவும் பயந்தவராக, கோபப்படுபவராக, மனச்சிதைவு உடையவராக இருக்கிறார்.

MENDOZA: It could.

KAVITHA: I'm not scared of him. I will protect you.

*She takes his hand. He is startled as if by pain.*

*KANAN screws up pipetting.*

THANGAN: I told them nothing!

KANAN: Fuck.

MENDOZA: Put the pipette down. I'm not sure. He has multiple lesions. Surgery is optimal when there is an isolated seizure generator. One lesion. And the psychosis . . . Surgery can *worsen* psychosis.

THANGAN: Don't go out.

*He holds KAVITHA.*

The thugs . . . *They* are his eyes . . . *They* must not see you.

KAVITHA: I'll turn the lights out.

THANGAN: Yes!

*KAVITHA reaches for the salangai and puts them on.*

KAVITHA: The bells will keep us safe

KANAN: We can't go on like this.

MENDOZA: He's the patient. It's his decision. But, Kanan, I'd be surprised if the surgeon will touch him.

This might interest you.

*She hands him a textbook.*

I'm going home. Clinic tomorrow. Don't stay too late. Focus.

**தங்கன்:** கவி! *(இரகசியமாக)* ஷ்ஷ்ஷ்! யமன். அவன் வாறான். அசையக்கூடாது. ஒண்டும் கதைக்கக்கூடாது. *(தன்னோடு இழுத்து அணைத்துக்கொள்கிறான்)* இது சரியான நேரமில்லை. இப்ப நேரம் சரியில்லை.

*(மென்டோசா நிமிர்ந்து கண்ணனைப் பார்க்கிறார்.)*

**மென்டோசா:** என்னை மன்னித்துவிடு.

**கண்ணன்:** அவருக்கு அறுவைச்சிகிச்சை தேவை. நீங்களே அப்படி முன்னர் சொல்லியிருக்கிறீர்கள். அது அவரைக் குணப்படுத்தலாம்.

**கவிதா:** நான் அவனுக்குப் பயமில்லை. நான் உங்களைக் காப்பாத்துவன்.

*(அவள் தங்கனின் கைகளைப் பற்ற அவன் வலி தீண்டியதுபோல் திடுக்குறுகிறான்.)*

**தங்கன்:** நான் அவங்களுக்கு ஒண்டும் சொல்லேல்லை.

**மென்டோசா:** ஆம் குணப்படுத்தலாம்.

*(கண்ணன் மீண்டும் நுண்ணளவுக்குழாயை பயன்படுத்துவதில் தவறிழைக்கிறான்.)*

**கண்ணன்:** நாசமாய்ப்போனது!

**மென்டோசா:** அதைக் கீழே வை. என்னால் நிச்சயமாகச் சொல்லமுடியவில்லை. அவரின் மூளையிலே பல சிதைவுகள் இருக்கின்றன. தனிப்பட்ட ஒரு சிதைவு வலிப்பைத் தாண்டுவதாக இருக்கும்போதுதான் அறுவைச்சிகிச்சை மிகுந்த பலனளிக்கும். மேலும், அறுவைச்சிகிச்சை மனச்சிதைவை மோசமடையச் செய்யலாம்.

**தங்கன்:** *(கவிதாவை இறுகப்பற்றியவாறு)* வெளியில போகாதைங்கோ. அந்தக் குண்டன்கள் உங்களைக் காணக்கூடாது. கண்டா அவங்களிட்டைச் சொல்லிப்போடுவாங்கள.

**கவிதா:** நான் லைற்றை நூத்துவிடுறன்.

**தங்கன்:** வேண்டாம்.

*KANAN resumes pipetting. He stops and begins to flip through the textbook.*

**THANGAN:** Did you see him?

**KAVITHA:** I can see him, Appa. You are right. He has cavernous eyes. But he's disappeared into the crowd.

**THANGAN:** He has passed us by.

**KAVITHA:** The time is not right.

*He leans against her. She breathes fast.*

**KANAN:** " . . . In rat kindling experiments, brief repeated seizures evoked by electrical stimulation result in self-sustaining epileptogenesis *and* can progress to severe chronic epilepsy."

*He flips through a few pages.*

" . . . in the rat we find synaptic reorganization and formation of aberrant neuronal networks, especially in the hippocampus . . . "

The hippocampus . . . the threshold of memory . . . the electrical injury causes the seizure. Seizures then kindle seizures, injury inscribes and reinscribes itself. Trauma sustains trauma.

*KAVITHA and THANGAN exit.*

The wheel.

Is it you? Annan. Pushing . . .

*Beat.*

. . . shore burning, palm trees heaving, creaking . . . crashing into waves. Smoke whispering, waves whispering, whispering, always whispering into my sleep in waves, twenty years. Never still. Your voice. Never sure. But now. So fuckin' loud. You are so fuckin' loud. I'm wide awake. I'm sure. You're alive. Not just inside me. I'm sure.

*(கவிதா சலங்கைகளை எடுத்து அணிந்துகொள்கிறாள்.)*

**கவிதா:** சலங்கை எங்களை சே∴ப்ஆ வைச்சிருக்கும்.

**கண்ணன்:** நாங்கள் இப்படியே தொடரமுடியாது.

**மென்டோசா:** நோயாளி அவர்தான். முடிவு அவருடையதுதான். ஆனால் கண்ணன், அறுவைச்சிகிச்சையாளர் அவர்மீது கைவைப்பார் என்று நான் நினைக்கவில்லை.

இந்தா! இது உன் ஆவலைத்தூண்டலாம்.

*(ஒரு நூலை அவனிடம் கொடுக்கிறார்.)*

நான் வீட்டுக்குச் செல்கிறேன். நாளைக்குச் சிகிச்சை இருக்கிறது. மிகவும் தாமதமாக இங்கிருக்காதே. கவனத்தைச் சிதையவிடாதே!

*(கண்ணன் மீண்டும் வேலையில் மும்முரமாகிறான். பின்னர் வேலையை நிறுத்தி, மென்டோசா கொடுத்த நூலை புரட்டிப்படிக்க ஆரம்பிக்கிறான்.)*

**தங்கன்:** அவன் தெரியிறானே?

**கவிதா:** தெரியிறான் அப்பா. நீங்கள் சொன்னது சரி. அவன்றை கண்கள் பெரிய குழிமாதிரி. ஆனா அவன் கூட்டத்துக்கை மறைஞ்சிட்டான்.

**தங்கன்:** அவன் எங்களைக் கடந்து போயிட்டான்.

**கவிதா:** இது சரியான நேரமில்லை.

*(தங்கன் அவளை அணைக்க, அவள் வேகமாக மூச்செடுக்கிறாள்.)*

**கண்ணன்:** "...எலிகளைத் தூண்டும் ஆய்வுகளில், மின்தூண்டுதலால் திரும்பத்திரும்ப ஏற்படுத்தப்படும் குறுகிய வலிப்பு, தம்மைத்தாமே தக்கவைத்துக்கொள்ளக்கூடிய வலிப்பின் ஆரம்பங்களாக அமைவதையும், அவையே நீடித்த வலிப்புகளாக அமைவதையும் காணக்கூடியதாகவுள்ளது"

*(பக்கங்களைத் திருப்புகிறான்.)*

I hear you.

I hear you.

*He slams the book shut and exits.*

“ . . . எலிகளிலே, முக்கியமாக மூளைப் பின்மேட்டிலே, மரபணுக்களின் மீள்ஒழுங்குபடுத்தலையும் வழமைக்கு மாறான நரம்புவலைப் பின்னல்களையும் பார்க்கிறோம் . . . ”

மூளைப்பின்மேடு . . . நினைவுகளின் தலைவாசல் . . . மின்சக்தியால் ஏற்படும் காயம் வலிப்பை உருவாக்குகிறது.

வலிப்புகள் பின்னர் மேலும் வலிப்புகளைத் தூண்டுகின்றன. காயம் தன்னை மீண்டும் மீண்டும் ஏற்படுத்திக்கொள்கிறது. உள அதிர்ச்சியே உள அதிர்ச்சியைத் தக்கவைக்கிறது.

*(கவிதாவும் தங்கனும் வெளியேறுகின்றனர்.)*

சக்கரம்.

அண்ணா? அது நீயா அண்ணா அதைத்தள்ளுவது?

. . . கடற்கரை பற்றி எரிகிறது. பனைமரங்கள் முனகலுடன் அசைகின்றன. அலைகளோடு மோதுகின்றன. புகை முணுமுணுக்கிறது. அலைகள் முணுமுணுக்கின்றன. எப்போதும் முணுமுணுத்தபடி. இருபது வருடங்களாக என் தூக்கத்தில் அலைகளாக முணுமுணுத்தபடி. ஒருபோதும் அமைதியாக இல்லாமல். உன் குரல். ஒருபோதும் உறுதியாகக் கூறமுடிந்ததில்லை அண்ணா. ஆனால் இப்போது உறுதியாக உரத்துக் கேட்கிறது. நான் விழிப்பாகத்தான் இருக்கிறேன். எனக்கு உறுதியாகத்தெரியும் நீ உயிரோடிருக்கிறாய். எனக்குள்ளே மட்டுமல்ல. எனக்குத் தெரியும். எனக்கு நிச்சயமாக தெரியும். எனக்கு உன் குரல் கேட்கிறது அண்ணா. கேட்கிறது.

*(நூலை அடித்து மூடி வெளியேறுகிறான்.)*

# SCENE FIVE

*THANGAN and KANAN walk together outside.*

**THANGAN:** The things I said, Kanan . . . I say things—because my mind—

**KANAN:** It's okay. I understand. Loose associations, emotional lability, it's interictal psychosis . . .

**THANGAN:** Mahan, you're my pride and joy. One day, you will cure me.

*Beat.*

**KANAN:** I've told you before, I can't fix you. Perhaps a surgeon can. An epilepsy surgeon.

**THANGAN:** You'll be my surgeon, mahan.

**KANAN:** You can't wait for me.

**THANGAN:** You want a stranger—to cut out a piece of my mind?

**KANAN:** Only the part that is hurt.

**THANGAN:** And what will remain?

**KANAN:** Amma needs—

**THANGAN:** Your amma doesn't need me. She never has.

**KANAN:** And Kavi?

# காட்சி ஐந்து

*(தங்கனும் கண்ணனும்.)*

**தங்கன்:** நான் அண்டைக்கு உனக்குச் சொன்னது கண்ணன் . . . மகன் நான் கதைக்கிறது வந்து என்ரை மண்டை

**கண்ணன்:** இற்ஸ் ஓகே அப்பா பரவாயில்லை. எனக்கு விளங்கும். Loose associations, emotional lability, அதுக்குப் பேர் interictal psychosis. வலிப்புகளுக்கு இடையிடை தாக்கிற மனச்சிதைவு.

**தங்கன்:** மகன் நீதான் என்ரை பெருமை சந்தோஷம் எல்லாம். எண்டைக்காவது ஒருநாள் நீதான் என்னைச் சுகப்படுத்துவாய்.

**கண்ணன்:** நான் உங்களுக்கு ஏற்கனவே சொல்லியிருக்கிறன். என்னால உங்களைச் சுகப்படுத்த ஏலாது. ஒரு சேர்ஜனால முடியும். எப்பிலெப்சி சேர்ஜன். நீங்கள் எனக்காகக் காத்திருக்கேலாது.

**தங்கன்:** ஒரு சேர்ஜன், யாரோ ஒரு முகந்தெரியாதவன், என்ரை மூளையின்ரை ஒரு பகுதியை வெட்டி எறிய வேணும் எண்டு நீ விரும்பிறியே மகன்?

**கண்ணன்:** பாதிப்படைஞ்ச அந்தப் பகுதியை மட்டும்தான் வெட்டுவார்.

**தங்கன்:** பிறகு என்ன மிஞ்சியிருக்கும்?

**கண்ணன்:** அம்மாவுக்குத் தேவையானது . . .

**தங்கன்:** உன்ரை அம்மாவுக்கு என்னைத் தேவையில்லை. அப்பிடி ஒருபோதும் இருக்கேல்லை.

**கண்ணன்:** அப்ப கவிக்கு?

**THANGAN:** *She* protects me.

**KANAN:** You were my hero—

**THANGAN:** I'm nobody's hero. I simply wrote. Until they found me. What's the use? It doesn't matter who you were once you're broken.

**KANAN:** Then there's nothing left to say.

*Beat.*

**THANGAN:** What if it doesn't work, kanaa *[treasured child]*?

**KANAN:** What do you have to lose?

**THANGAN:** This demon inside my mind. He is very tenacious, Kanan. He knows me. He remembers things that I have forgotten. And shows them to me with a searing light. He shows me who I am.

**KANAN:** He's not real.

**THANGAN:** He feels more real than this.

**KANAN:** You're not in prison anymore. Why do you let him torture you?

**THANGAN:** I could not save Kavalan. My own son. The army took him because of me. He died because of me. My writing. Writing. What did it matter? What did it change?

**KANAN:** You can change now.

**THANGAN:** There are moments when I see Kavalan's face. See him. Really see him.

**KANAN:** It's a complex electrical discharge. The *seizure* recruits the pathways that make him real.

**THANGAN:** It's all I have left.

**KANAN:** Is it?

**தங்கன்:** அவளை நான் என்னண்டு காப்பாத்த முடியும்?

**கண்ணன்:** ஒருகாலத்தில நீங்கள்தான் என்ரை ஹீரோவாய் இருந்தனீங்கள்.

**தங்கன்:** நான் ஒருத்தற்றை ஹீரோவும் இல்லை மகன். நான் எழுதினனான். அவ்வளவும்தான். அதுவும் அவங்கள் என்னைப் பிடிக்கமட்டும்தான். என்ன பயன்? நீ உடைஞ்சுபோனப் பிறகு உடையமுதல் நீ என்னவாயிருந்தனி எண்டது முக்கியமில்லை.

**கண்ணன்:** அப்படியெண்டா எங்களுக்குக் கதைக்கிறதுக்கு இனி வேறயொண்டுமில்லை.

**தங்கன்:** கண்ணா! அது வேலைசெய்யேல்லையெண்டா என்னடா செய்யிறது?

**கண்ணன்:** உங்களுக்கு அதாலை இழக்க என்ன இருக்கப்பா?

**தங்கன்:** என்ரை மண்டைக்கை இருக்கிற இந்தப்பேய்! அது பிடிவாதம்பிடிச்சது கண்ணன். அதுக்கு என்னை நல்லாத் தெரியும். நான் மறந்த விசயங்களையும் அது ஞாபகம் வைச்சிருந்து எனக்கு வெட்டவெளிச்சமாக் காட்டுது. நான் யாரெண்டு அதுதான் எனக்குக் காட்டுது.

**கண்ணன்:** அந்தப் பேய் ரியல் இல்லை.

**தங்கன்:** இதைவிட அதுதான் கூட ரியல் மாதிரி உணருறன்.

**கண்ணன்:** நீங்கள் இப்பவும் சிறையில இல்லை. ஏன் இப்பவும் சித்திரவதை அனுபவிக்கிறீங்கள்?

**தங்கன்:** என்னாலை காவலனைக் காப்பாத்த முடியேல்லை. என்ரை சொந்த மகனைக் காப்பாத்த முடியேல்லை. என்னாலதான் அவனை ஆமி பிடிச்சது. என்னாலதான் அவன் செத்தவன். என்ரை எழுத்துக்களாலை. எழுத்துக்கள். நாசமாய்ப்போன எழுத்துக்கள். அதாலை என்ன பயன். அதாலை என்ன மாற்றம் வந்தது?

**கண்ணன்:** நீங்கள் இப்ப மாறலாம்.

**தங்கன்:** நான் சில நேரம் காவலன்றை முகத்தைக் காணுறனான். அவனைக் காணுறனான். உண்மையாய்க் காணுறனான்.

**THANGAN:** I couldn't save him.

**KANAN:** But he isn't dead—

**THANGAN:** At least he is with me, inside me.

**KANAN:** No, he's out there. Fighting for his life.

**THANGAN:** If I can't see him—

**KANAN:** Maybe you'd see what's really going on.

**THANGAN:** . . . I don't know anymore. What is real and not real? I don't know.

**KANAN:** That's why you need the surgery.

**கண்ணன்:** அது ஒரு complex electrical discharge. உங்கடை வலிப்புத்தான் அவரை உண்மையாய்க் காணுறமாதிரிக் காட்டக்கூடிய pathwaysஐ recruit பண்ணுது.

**தங்கன்:** ஆனா அது மட்டுந்தானே என்னட்டை மிச்சமிருக்கு.

**கண்ணன்:** உண்மையா? அது மட்டுமே உங்களிட்டை இருக்கு?

**தங்கன்:** என்னால அவனைக் காப்பாத்த முடியேல்லை.

**கண்ணன்:** அவர் இன்னும் சாகேல்லை!

**தங்கன்:** அவன் என்ரை நினைவிலயாவது என்னோட இருக்கிறான்.

**கண்ணன்:** இல்லை. அவர் அங்கையெங்கையோ உயிரோட இருந்து தன்ரை உயிருக்காகப் போராடிக்கொண்டிருக்கிறார்.

**தங்கன்:** என்னால அவனைக் காணமுடியாதெண்டா

**கண்ணன்:** அவரைக் காணமுடியாதெண்டா, மே பி உங்களைச்சுத்தி உண்மையா என்ன நடக்குதெண்டதைக் காணக்கூடியதாய் இருக்கும்.

**தங்கன்:** எனக்குத் தெரியேல்லை மகன். எது உண்மை எது உண்மையில்லை. எனக்கு இப்ப எதுவுமே சரியாத் தெரியேல்லை.

**கண்ணன்:** அதுதான் உங்களுக்கு சேர்ஜரி தேவை.

# SCENE SIX

*SEVI and THANGAN are in bed. He is restless. She wakes and covers him. His movements intensify, become chaotic, almost violent. He is having a nightmare, not fully awake. SEVI backs up. She regards him with a hint of fear as he rises, pulling up the sheets.*

**SEVI:** It's enough, God, it's enough . . .

*His trance slowly breaks and he finds himself grasping her hand hard.*

**THANGAN:** Gone, scattered, in cracks, only a few left . . .

*He stops and looks at his palm for some time . . . and counts to nine.*

Ondu, rendu, moondu, naalu, ainju, aaru, elu, ettu onpathu /

**SEVI:** Look—Thangan, your maalai *[necklace]*.

*SEVI takes the maalai off her own neck presses it into his hands.*

**THANGAN:** Help me . . .

*SEVI puts the maalai around his neck.*

**SEVI:** It's a dream.

*He sits on the bed in silence.*

Why are you staring at me?

## காட்சி ஆறு

*(செவ்வியும் தங்கனும்.)*

*(அவன் அமைதியற்றவனாக உருண்டு புரண்டு படுக்கிறான். அவள் அவனைப் போர்வையால் மூடுகிறாள். அவனின் அசைவுகள் உக்கிரமடைகின்றன. அவன் ஒரு பயங்கரமான கனவு கண்டுகொண்டிருக்கிறான், முழுமையான விழிப்பு நிலையில் இல்லை. அவன் கைகளால் எதையோ தேடுவதுபோல தடுமாற்றத்துடன் வேகமாக கைகளை அசைக்கிறான். அவள் சற்றுப் பயத்துடன் அவனிடமிருந்து விலகி எழுந்து அவனை நோக்குகிறாள்.)*

**செவ்வி:** போதும் கடவுளே போதும்.

*(அவன் சற்று சுயநினைவு திரும்பியவனாக அவளின் கரத்தை உரமாகப் பற்றுகிறான்.)*

**தங்கன்:** போயிற்றுது. எல்லாம் சிதறி ஓட்டைகளுக்குள்ள போயிற்றுது. இன்னும் கொஞ்சந்தான் மிச்சமிருக்கு.

*(தனது உள்ளங்கைகளை உற்றுநோக்கியபடி சில நேரம் இருந்துவிட்டு எண்ணுகிறான்.)*

ஒண்டு, ரெண்டு, மூண்டு, நாலு, ஐஞ்சு, ஆறு, ஏழு, எட்டு, ஒன்பது.

**செவ்வி:** இஞ்சைபாருங்கோ தங்கன். உங்கட மாலை.

*(தன் கழுத்திலிருந்த முத்துமாலையைக் கழற்றி அவன் கைகளுக்குள் அழுத்துகிறாள்.)*

**தங்கன்:** எனக்கு உதவிசெய்யுங்கோ செவ்வி.

**செவ்வி:** *(அவன் கழுத்தில் மாலையை அணிவித்து)* அது கனவு.

*She tries to reassemble the room, put the sheets back on the bed.*

Please don't stare at me.

*Beat.*

It's my duty, isn't it? To dance around your fits.

THANGAN: Can we dance together?

SEVI: Feeding, pleading, cleaning. Is this a dance?

THANGAN: I love you.

SEVI: You need me.

*Beat.*

Who are we, Thangan? A nurse and a patient.

THANGAN: Would you tear out your eye because the view offends you?

SEVI: You are *not* my eye.

THANGAN: Do you see nothing worthy of love?

SEVI: I see an addict. You are addicted to your visions, your memories. But they are not my memories—

THANGAN: I'm sick, Sevi.

SEVI: Sick. Yes. Sick. In the meantime I raised two children. You "see Kavalan," but I have searched for him, alone. Now I'm here . . . and he's out there—

THANGAN: Don't you think that if he were alive somebody would have seen him before? Even if he is a Tiger, somebody would have told us.

*(அவன் கட்டிலிலே அமைதியாக அமர்ந்திருக்கிறான்.)*

என்னை ஏன் உப்பிடிப் பாக்கிறீங்கள்?

*(அவள் கட்டிலின் விரிப்புகளையும் அறையையும் ஒழுங்குபடுத்த முயற்சிக்கிறாள்.)*

தயவு செய்து என்னை அப்பிடிப் பாக்கவேண்டாம்.

**தங்கன்:** இதை என்னண்டு தாங்கிக்கொண்டிருக்கிறீங்கள்?

**செவ்வி:** அதுதானே என்னுடைய கடமை. உங்கடை வலிப்புகளுக்குத் தக்கமாதிரி ஆடிறது.

**தங்கன்:** நாங்கள் ஒண்டா நாட்டியமாடுவமே?

**செவ்வி:** சாப்பாடு தீத்திவிட்டு, கெஞ்சிமண்டாடி, துப்பரவாக்கிக்குளிப்பாட்டி. இது நாட்டியமில்லை.

**தங்கன்:** நான் உங்களைக் காதலிக்கிறன் செவ்வி. ஐ லவ் யூ.

**செவ்வி:** உமக்கு என்னைத் தேவை. யூ நீட் மி.

நாங்கள் யார் தங்கன்? ஒரு நேர்சும் நோயாளியும்தானே.

**தங்கன்:** காட்சி துறுத்துது எண்டு கண்ணைப் புடுங்கலாமே?

**செவ்வி:** நீரில்லை என்ரை கண்.

**தங்கன்:** நேசிக்கக்கூடியமாதிரி ஒண்டையுமே நீங்கள் என்னட்டைக் காணேல்லையே?

**செவ்வி:** நீர் ஒரு அடிக்ற். ஒரு அடிமை எண்டிறதைக் காணுறன். உம்முடைய பிரமைகளுக்கு நீர் அடிமை. உம்முடைய நினைவுகளுக்கு நீர் அடிமை. ஆனா அதுகள் என்னுடைய நினைவுகளில்லை.

**தங்கன்:** நான் ஒரு நோயாளி செவ்வி.

**செவ்வி:** ஓம் நோயாளி. நீர் நோயாளியா இருந்த நேரத்தில நான் ரெண்டு பிள்ளைகளை வளர்த்தெடுத்துப்போட்டன். நீர் காவலனை காணுறீர். ஆனா

**SEVI:** People will happily take your money. But we are pariahs. They think you are possessed. They shun us.

**THANGAN:** He is dead to us, Sevi. We left him for dead.

**SEVI:** But Kanan saw—

**THANGAN:** He is deluded.

**SEVI:** And you're not?

**THANGAN:** It's a trap.

**SEVI:** He used his name. He said Kavalan. My Kavalan. It's hope.

**THANGAN:** Hope? Who do you think he is? What do you think he would say to you? If he survived in the movement, then he's a killer.

**SEVI:** A freedom fighter.

**THANGAN:** A fanatic.

**SEVI:** Don't blame him.

**THANGAN:** You blame me.

**SEVI:** No. I don't. I never did. You served the truth. I believed in that. Loved you for that.

**THANGAN:** Our son's life for that? Was truth worth it, Sevi?

**SEVI:** I swallowed his loss like my ration of rice. Like every other mother. It rots inside me still. I have never stopped aching for my little boy.

**THANGAN:** Let him go, Sevi.

**SEVI:** I never wanted to give birth to Kavi. I wanted to keep her inside. Safe. As she was born, I felt him torn from my soul, my gut. My Kavitha—the

நான் தன்னந்தனியனா அவனைத் தேடியலைஞ்சனான். இப்ப நான் இங்க இருக்கிறன். அவன் அங்கையெங்கையோ இருக்கிறான்.

**தங்கன்:** அவன் இப்பவும் உயிரோடையிருந்தா இம்மட்டுக்கும் அவனை வேற யாராவது கண்டிருப்பினம் எண்டு நீங்கள் நினைக்கேல்லையே? அவன் புலியா இருந்தாக்கூட யாராவது எங்களுக்குச் சொல்லியிருப்பினம்.

**செவ்வி:** எல்லாரும் உம்முடைய காசைச் சந்தோசமா வாங்கிக்கொண்டு போவினம். ஆனா எங்களைக் கேவலமாத்தான் பாக்கினம். உமக்கு பேயடிச்சிட்டுது எண்டுதான் அவை நினைக்கினம். எங்களை ஒதுக்குகினம்.

**தங்கன்:** எங்களைப் பொறுத்தவரைக்கும் அவன் செத்துப்போனான் செவ்வி. அவனைச் சாகவிட்டுட்டுத்தான் நாங்கள் வந்தனாங்கள்.

**செவ்வி:** ஆனா கண்ணன் கண்டவன்.

**தங்கன்:** அவனுக்குப் பைத்தியம்.

**செவ்வி:** உமக்கில்லையே?

**தங்கன்:** அது ஒரு கண்ணி. ஒரு ட்ரப்.

**செவ்வி:** அவன்ரை பெயரை அவர் பாவிச்சிருக்கிறார். காவலன் எண்டு கூப்பிட்டிருக்கிறார். என்ரை காவலன். ஒரு நம்பிக்கை பிறக்குது.

**தங்கன்:** நம்பிக்கை ஒரு கண்ணி. அவன் யாரெண்டு நினைக்கிறீங்கள்? அவன் உங்களுக்கு என்ன சொல்லுவான் எண்டு நினைக்கிறீங்கள்? அவன் இயக்கத்தில இவ்வளவுகாலமாத் தப்பியிருந்திருக்கிறான் எண்டால் அவன் ஒரு கொலைகாரனாத்தான் இருப்பான்.

**செவ்வி:** ஒரு விடுதலைப் போராளி.

**தங்கன்:** ஒரு வெறியன்.

**செவ்வி:** அவனைப் பிழை சொல்லவேண்டாம்.

**தங்கன்:** நீங்கள் என்னைப் பிழை சொல்லுறீங்கள்?

poetess—was born in a torrent of grief. And she is so luminous. I don't deserve her.

**THANGAN:** She'll help you dance again. It's all she wants.

**SEVI:** Not here! Not like this!

*She turns away from him.*

**THANGAN:** If I had died a martyr, you would love me still.

**SEVI:** Should I have let you die?

**THANGAN:** Did you think—

**SEVI:** I could not think. Everything was in ruins . . . When they freed you, you couldn't walk. Your bones looked like they would break in the wind. Your eyes were caverns, horrid caverns. When the convulsions started . . . I fled, here. In this silence I thought you might heal . . . if I loved you enough.

**THANGAN:** And do you? Love me enough?

*Beat.*

*She remains silent.*

We cherished one another once . . . Can I not hold the hand of the woman whose veil I removed so tenderly?

**SEVI:** No!

**THANGAN:** We did not think then that we were separate.

Did we not think our two hearts were one?

**SEVI:** What's the use of talking like this?

**THANGAN:** Did I not behold you as a maiden in first bloom?

**செவ்வி:** இல்லை நான் ஒருபோதும் உம்மைப் பிழை சொன்னதில்லை. நீர் உண்மைக்காகவேண்டி உழைச்சநீர். நான் அதை நம்பினனான். அதுக்காக உம்மை நேசிச்சனான்.

**தங்கன்:** அதுக்காக எங்கட மகனிண்டை உயிரா? உண்மை அவ்வளவு பெறுமதியானதே?

**செவ்வி:** அவன்றை இழப்பையும் நான் கூப்பன் அரிசியை விழுங்கிறமாதிரி விழுங்கிற்றன். மற்ற எல்லாத் தாய்மாரையும் போலத்தான். அது செமிக்காம எனக்குள்ள கிடந்து நாறுது. நான் இன்னும் என்ரை பிள்ளைக்காக அழுது தீர்க்கேல்லை.

**தங்கன்:** அவனைப் போகவிடுங்கோ செவ்வி.

**செவ்வி:** நான் கவியைப் பெத்தெடுக்க விரும்பேல்லை. அவளைப் பாதுகாப்பாய் எனக்குள்ளேயே வைச்சிருக்கவேணும் எண்டுதான் நினைச்சனான். அவள் பிறக்கேக்கை காவலனை என்ரை உயிரிலையிருந்து, ஆன்மாவிலயிருந்து அறுத்து எடுத்ததுமாதிரித்தான் இருந்தது. என்ரை கவிதா, என்ரை கவிதாயினி சோகத்துக்க அமிழ்ந்துதான் பிறந்தவள். அவள் எவ்வளவு ஒளிமயமாய் இருக்கிறாள். அவள் எனக்குக்கிடைக்க எனக்கு ஒரு தகுதியும் இல்லை.

**தங்கன்:** அவள் உங்களைத் திரும்பியும் நாட்டியடமாடப் பண்ணுவாள். அவளுக்கு அது மட்டுந்தான் தேவை.

**செவ்வி:** இங்கை இல்லை. இந்த நிலமையில இல்லை.

*(அவள் திரும்பி, அவனை விட்டு நகர எத்தனிக்கிறாள்.)*

**தங்கன்:** நான் ஒரு தியாகியாச் செத்திருந்தா, நீங்கள் என்னை இப்பவும் நேசிப்பீங்களே?

**செவ்வி:** உம்மை நான் சாக விட்டிருக்க வேணுமே?

**தங்கன்:** நீங்கள் சிந்திச்சனீங்களே . . .

**செவ்வி:** என்னால சிந்திக்க முடியேல்லை. எல்லாமே அழிஞ்சுபோயிருந்தது. உம்மை அவங்கள் விடுவிக்கேக்க, உம்மால நடக்க முடியேல்லை. காத்துப்பட்டா எலும்பு முறிஞ்சிடும் மாதிரியிருந்தனீர். உம்முடைய கண்கள் குழிமாதிரி, பயங்கரமான குழிமாதிரியிருந்தது. உமக்கு வலிப்பெடுக்கத்

**SEVI:** I'm old.

**THANGAN:** Did I not kiss you until your cheeks turned crimson?

**SEVI:** You smell like sickness.

**THANGAN:** Can one eye be afraid of the other . . .

**SEVI:** Blindness would be better.

**THANGAN:** Or forgetfulness?

**SEVI:** Yes.

**THANGAN:** You see, Sevi, our two hearts are one.

**SEVI:** No, Thangan. In oblivion the soul is alone . . . my soul is alone . . . I want to find my boy.

**THANGAN:** Let him go.

**SEVI:** I will not . . . Kavalan Kunju . . .

**THANGAN:** Can't we grieve him together?

**SEVI:** He's alive.

**THANGAN:** No. He only lives between us. What does it matter if surgery robs me of Kavalan's face? Even of his memory. If I've lost you . . . Sevi, no, they did not break me. This illness, this demon—I don't need him anymore. I will have the surgery.

*Beat.*

**SEVI:** Do what you want.

**THANGAN:** Your pity is poison. I want your love.

தொடங்கின உடன, நான் இங்க ஓடி வந்திட்டன். இந்த அமைதியில உமக்கு நோய் சுகப்படும் எண்டு நினைச்சன் . . . நான் உம்மை உண்மையாய் அன்புசெய்தால் . . .

**தங்கன்:** நீங்கள் என்னை உண்மையாய் அன்புசெய்யிறீங்களே?

*(அவள் அமைதியாக இருக்கிறாள்.)*

நாங்கள் ஒருத்தரை ஒருத்தர் பொக்கிஷம்போலப் பாவிச்சனாங்கள். "பன்னிப் பலவுரைகள் சொல்லுவதென்னே? துகில் பறித்தவன் கைபறிக்கப் பயங்கொள்வனோ?"

**செவ்வி:** வேண்டாம்!

**தங்கன்:** "அன்னிய மாகநம்முள் எண்ணுவதில்லை—இரண்
டாவியுமொன்றாகுமெனக் கொண்ட தில்லையோ?"

**செவ்வி:** இப்பிடிக் கதைக்கிறதால என்ன பயன்?

**தங்கன்:** "கன்னி வயதிலுனைக் கண்டதில்லையோ?"

**செவ்வி:** எனக்கு வயசு போயிட்டுது.

**தங்கன்:** "கன்னங் கன்றிச் சிவக்க முத்த மிட்டதில்லையோ?"

**செவ்வி:** உமமுடைய மணமே நோயின்ற மணம்மாதிரி இருக்கு.

**தங்கன்:** "கண்கள் இரண்டினில் ஒன்றையொன்று கண்டு வெள்குமோ?"

**செவ்வி:** இரண்டு கண்ணும் குருடாயிருந்தா நல்லம்.

**தங்கன்:** அல்லது மறதி?

**செவ்வி:** ஓம்.

**தங்கன்:** எங்கட இரண்டு இதயமும் ஒண்டுதான் செவ்வி.

**செவ்வி:** இல்லை தங்கன். எல்லாமே மறந்துபோன நிலையில ஆன்மா தனிச்சுத்தான் இருக்கும். என்ரை ஆன்மா தனிச்சுத்தான் இருக்குது. நான் என்ரை பிள்ளையைக் கண்டுபிடிக்கவேணும்.

**SEVI:** I don't make promises anymore.

**THANGAN:** I am a moth, Sevi; you are my flame. I want to draw closer. I will have the surgery.

**தங்கன்:** அவனைப் போக விடுங்கோ.

**செவ்வி:** நான் மாட்டன் . . . காவலன் குஞ்சு.

*(அவள் குரல் உடைகிறது.)*

**தங்கன்:** நாங்கள் அவனுக்காக ஒண்டாய் அழக்கூட முடியாதே?

**செவ்வி:** அவன் உயிரோடையிருக்கிறான்.

**தங்கன்:** இல்லை. அவன் எங்கள் இரண்டுபேருக்கும் இடையிலதான்
உயிரோட இருக்கிறான். இந்த அறுவைச்சிகிச்சை—ஒப்பரேஷன்—காவலன்றை
முகத்தை என்னட்டையிருந்து பறிச்சா என்ன? அவன்றை நினைவையே
பறிச்சாத்தான் என்ன. செவ்வி, நான் உங்களை இழந்திட்டன் எண்டா . . .
இல்லை அவங்கள் என்னைச் சிதைக்கேல்லை. இந்த வருத்தம், இந்தப்
பேய்—அவனை எனக்கு இனித் தேவையில்லை. நான் அறுவைச்சிகிச்சை
செய்யப்போறன்.

**செவ்வி:** உமக்கு என்ன வேணுமோ செய்யும்.

**தங்கன்:** உங்கடை இரக்கம் நஞ்சு மாதிரி செவ்வி. எனக்கு உங்கடை
அன்புதான் வேணும்.

**செவ்வி:** நான் இப்ப ஒருதருக்கும் வாக்குக் குடுக்கிறதில்லை.

**தங்கன்:** நான் விட்டில் செவ்வி. நீங்கள்தான் என்ரை அகல்.

# SCENE SEVEN

*Night. KANAN is alone, watching videos of a neuroscience experiment on his laptop. KAVITHA enters unobserved. She watches too.*

**KAVITHA:** What are you looking at?

**KANAN:** You should be cozy in bed.

**KAVITHA:** What are you looking at?

**KANAN:** Nothing.

**KAVITHA:** Why are you always watching those rats?

**KANAN:** Because they have epilepsy.

**KAVITHA:** Why?

**KANAN:** They are lab rats. We create them, breed them to have epilepsy in order to study them and try to cure them.

**KAVITHA:** Kinda like God.

**KANAN:** Yeah.

**KAVITHA:** Can I see?

**KANAN:** Are you sure?

**KAVITHA:** What's happened to this one? He's not moving.

## காட்சி ஏழு

*(இரவு வேளையில் கண்ணன் தனித்திருந்து மடிக்கணினியிலே நரம்பறிவியல் ஆய்வுகள் சார்ந்த காணொளிகளைப் பார்த்துக்கொண்டிருக்கிறான். கவிதா அவன் கவனிக்காத வகையில் உள்ளே வந்து அவளும் அவற்றைப் பார்க்கிறாள்.)*

**கவிதா:** என்ன பாக்கிறீங்கள்?

**கண்ணன்:** நீங்கள் நித்திரையாயெல்லோ இருக்கவேணும்?

**கவிதா:** என்னத்தைப் பாக்கிறீங்கள்?

**கண்ணன்:** ஒண்டுமில்லை.

**கவிதா:** ஏன் எப்பவுமே உந்த எலிகளைப் பாத்துக்கொண்டிருக்கிறீங்கள்?

**கண்ணன்:** ஏனெண்டா அதுகளுக்கு எப்பிலெப்சி இருக்கு. காக்கை வலிப்பு.

**கவிதா:** ஏன்?

**கண்ணன்:** இதுகள் லாப் ரட்ஸ். இதுகளை நாங்கள் எப்பிலெப்சி இருக்கிறமாதிரியே உருவாக்கிறம் அதை ஸ்ரடி பண்ணிக் குயோர் பண்றத்துக்காக.

**கவிதா:** லைக் கோட்.

**கண்ணன்:** இயா!

**கவிதா:** நான் பாக்கட்டே?

**கண்ணன்:** ஷ்வரா?

**KANAN:** He is sleeping.

**KAVITHA:** No. He isn't breathing.

**KANAN:** He's dead. SUDEP. Sudden unexpected death in epilepsy.

**KAVITHA:** Why?

**KANAN:** That is what the experiment is about. Trying to understand why the rats sometimes just die.

**KAVITHA:** They just die! Why?

**KANAN:** Sympathetic overdrive—too much fear? I am working on a theory . . .

**கவிதா:** இதுக்கு என்ன நடந்தது? அசையுதில்லை?

**கண்ணன்:** அது நித்திரை.

**கவிதா:** இல்லை. அது மூச்சுவிடேல்லை.

**கண்ணன்:** அது செத்துப்போச்சு. எப்பிலெப்சில திடீரெண்டு வாற காரணஞ்சொல்ல முடியாத டெத்.

**கவிதா:** ஏன்?

**கண்ணன்:** எக்ஸ்பெரிமன்ற் அதைப்பற்றினதுதான். ஏன் இந்த எலிகள் சிலநேரம் தங்கடைபாட்டிலையே சாகுதுகள் எண்டு கண்டுபிடிக்க.

**கவிதா:** அதுகள் சும்மா சாகுதுகளே? ஏன்?

**கண்ணன்:** சிம்பத்தட்டிக் ஓவர் டிரைவ்—ஆகலும் பயப்பட்டதாலயாய் இருக்கலாம். நான் ஒரு தியரிய உருவாக்க வேர்க் பண்ணிக்கொண்டிருக்கிறன்.

# SCENE EIGHT

*A doctor's office.* MENDOZA *is examining* THANGAN *seamlessly as she interviews him.* MENDOZA *could perform the neurological exam in her sleep. Her movements are dance-like and crisp.*

MENDOZA *uses pure medical language throughout. It is like a secret language in which she and* WAGDY *are fluent and into which* KANAN *is being initiated. Its use alienates* THANGAN, SEVI, *and* KAVITHA.

**MENDOZA:** Hello, Thangan. Sevi, Kanan . . . and you must be—

**KAVITHA:** Kavitha.

**THANGAN:** I would like to talk about the surgery.

**MENDOZA:** We've discussed surgery before, at length. Has something changed?

*Silence.*

Well, why don't you come and sit up here and we'll see.

THANGAN *looks at* KAVITHA.

**THANGAN:** Should I—

**MENDOZA:** Just your shoes and socks. Are you are taking all your medication, every day?

**SEVI:** No.

# காட்சி எட்டு

*(வைத்தியரின் அலுவலகம். உரையாடல்களினிடையே பரிசோதனையும் எந்தச் சுணக்கங்களுமின்றி நடக்கிறது. வைத்தியர் மென்டோசா இந்தப் பரிசோதனையைத் தனது தூக்கத்தில்க்கூடச் செய்யவல்லவர்போல்த் தெரிகிறார்.)*

*(பரிசோதனையின் செயற்பாடுகள் நாடகத்தின் போக்கிற்கு இடையூறாக இல்லாதவாறு ஒரு நடனம்போல் அமையவேண்டும். அவரின் பரிசோதனை முறையும் கேள்விக்கணைகளும் ஒரு குற்றவிசாரணையை ஒத்திருக்கிறது.)*

*(இந்தக் காட்சியிலே அனைவரும் ஆங்கிலம் பேசுகின்றார்கள் என்பதைக் குறிக்க எழுத்துநடை உரையாடல் பயன்படுத்தப்படுகிறது. இதில் பயன்படுத்தப்படும் மருத்துவமொழி—தங்கனும் செவ்வியும் தம்மிடையே பேசும் தமிழ்போலவே—மிகவும் தூய்மையானதாகப் பேணப்படவேண்டும். இந்த மொழி மென்டோசாவிற்கும் வாக்டிக்கும் மிகவும் பரீட்சயமானது. கண்ணன் இந்த மொழியைப் பயின்றுகொண்டிருக்கிறான். மற்றையவர்களுக்கு இது புரியாத மொழி.)*

**மென்டோசா:** வணக்கம் தங்கன், செவ்வி, கண்ணன். *(கவிதாவைப் பார்த்து)* நீ . . .

**கவிதா:** கவிதா.

**தங்கன்:** நான் அறுவைச்சிகிச்சை பற்றிப் பேச விரும்புகிறேன்.

**மென்டோசா:** நாங்கள் அதைப்பற்றி இதற்கு முன்னர் நிறையவே பேசியிருக்கிறோம். பேசியவற்றில் ஏதாவது மாற்றம் ஏற்பட்டிருக்கிறதா? *(அமைதி)* சரி. நீங்கள் இங்கே வந்து அமருங்கள் பார்ப்போம்.

*(கவிதாவைப் பார்த்தவாறு உடைகளைக் களையத் தயங்குகிறான்.)*

**KAVITHA:** He thinks they make him stupid.

*MENDOZA shines a light in each of his eyes.*

He does forget stuff.

*MENDOZA examines his eye movements.*

**MENDOZA:** How are you sleeping?

**THANGAN:** The night is full of muttering, pacing, and lately some bells.

*He looks at KAVITHA.*

Everyone speaks, even Sevi. She speaks to me in her dreams. I listen.

**KANAN:** He has nocturnal seizures.

**THANGAN:** I have nightmares.

**MENDOZA:** *(to herself)* Sleep fragmentation. R.E.M. intrusions?

**SEVI:** He doesn't remember.

*MENDOZA proceeds to examine his visual fields. He covers one eye then the other. He makes errors counting her fingers.*

**THANGAN:** Two—one—two—three.

**MENDOZA:** *(to KANAN)* Watch the left upper field.

*(to SEVI)* Tell me what you see at night.

**THANGAN:** Two—one—two—one.

    **KANAN:** *(to MENDOZA)* A left upper quadrantanopia from a right inferior temporal lesion.

**தங்கன்:** நான் . . .

**மென்டோசா:** காலணியையும் காலுறையையும் மட்டும். எல்லா மருந்துகளையும் எடுக்கிறீர்களா? தவறாமல்?

**செவ்வி:** இல்லை.

**கவிதா:** அவை தன்னை முட்டாளாக ஆக்குகின்றன என நினைக்கிறார்.

*(மென்டோசா தங்கனின் ஒவ்வொரு கண்களுக்குள்ளும் ஒளி பாய்ச்சிப் பரிசோதிக்கிறார்.)*

அவருக்கு மறதி அதிகம்.

**மென்டோசா:** ஒழுங்காக உறங்க முடிகிறதா?

**தங்கன்:** இரவுகள் முணுமுணுப்பும் உறக்கமின்மையும் மிக்கவை. அண்மைக்காலங்களாக சலங்கைச் சத்தமும் சேர்ந்திருக்கிறது *(கவிதாவைப் பார்த்தவாறு).* எல்லோரும் பேசுவோம். செவ்வி கூடத்தான். செவ்வி என்னோடு பேசுவார்—தனது கனவுகளிலே. நான் கேட்பேன்.

**கண்ணன்:** அவருக்கு இரவுநேரக் காக்கைவலிப்புகள் வருகின்றன.

**தங்கன்:** எனக்குப் பயங்கரமான கொடுங்கனவுகள் வருகின்றன.

**மென்டோசா:** *(தனக்குத்தானே)* உறக்கச் சிதைவு. வேகக்கண்ணசைவு இடையூறுகள்?

**செவ்வி:** அவருக்கு ஞாபகம் இல்லை.

*(மென்டோசா தங்கனின் பார்வைப்புலத்தைப் பரிசோதிக்கிறார். ஒரு கண்ணை மறைத்தும் பின்னர் மறு கண்ணை மறைத்தும் சோதனைகளைத் தொடர்கிறார். மென்டோசா காட்டும் விரல்களை எண்ணுவதில் தக்கன் தவறிழைப்பதன்மூலம் அவனுக்குப் பார்வைப்புலத்தின் இடதுமேல் கால்வாசிப்பகுதியில் பார்வையின்மை இருப்பது தெரியவருகிறது.)*

**தங்கன்:** இரண்டு—ஒன்று—இரண்டு—மூன்று.

**மென்டோசா:** *(கண்ணனிடம்)* இடதுமேல்ப் பார்வைப்புலத்தை நோக்கு. *(செவ்வியிடம்)* இரவுநேரங்களில் என்ன நடக்கிறது என்று சொல்லமுடியுமா?

**SEVI:** He cries out.

**KAVITHA:** For Kavalan.

**SEVI:** Then he reaches out—

**MENDOZA:** Which arm?

**SEVI:** Left—

**KANAN:** *(to MENDOZA)* And a right frontal lesion?

**MENDOZA:** How many seizures did you have last month? Close your eyes.

*She tries to pry them open.*

**SEVI:** One a day at dawn.

**KAVITHA:** At least.

**KANAN:** I wonder if we even recognize all the partial seizures.

**MENDOZA:** Smile. Shut your mouth, tight.

*She tries to pry his mouth open.*

Every day?

**KAVITHA:** Five were really bad, while he watched the news. He shakes all over and pees and sometimes I think he might not wake up.

*Beat.*

*MENDOZA pricks him with a pin three times, in each of the three nerve sectors. He winces.*

**MENDOZA:** How does it start? Is it always the same?

**THANGAN:** Usually.

தங்கன்: இரண்டு—ஒன்று—இரண்டு—ஒன்று.

கண்ணன்: (மென்டோசாவிடம்) வலது தாழ் கன்ன மூளைப்பகுதியில் ஏற்பட்டுள்ள காயம்.

செவ்வி: ஓலமிட்டு அலறுவார்.

கவிதா: காவலனுக்காக.

செவ்வி: பின்னர் கையை நீட்டி எதையோ தேடுவார்.

மென்டோசா: எந்தக்கையை?

செவ்வி: இடதுகை.

கண்ணன்: (மென்டோசாவிடம்) வலது முன்பகுதியில் ஒரு காயம்.

மென்டோசா: கடந்தமாதம் எத்தனை தடவைகள் வலிப்பு வந்தது? கண்ணை மூடுங்கள்.

(மென்டோசா தங்கனின் கண்ணை வலிந்து திறக்க முயற்சிக்கிறார்.)

செவ்வி: நாளுக்கு ஒன்று அதிகாலையில்.

கவிதா: குறைந்தபட்சம்.

கண்ணன்: எல்லாக் குறைவலிப்புக்களையும் நாங்கள் சரியாக அடையாளம் காண்கிறோமா என எனக்குச் சந்தேகம் உண்டு.

மென்டோசா: சிரியுங்கள். வாயை இறுக மூடுங்கள்.

(மென்டோசா வாயை வலிந்து திறக்க முயற்சிக்கிறார்.)

ஒவ்வொருநாளுமா?

கவிதா: ஐந்து தடவைகள் மிகவும் மோசமாக இருந்தது. அவர் செய்தி பார்த்துக்கொண்டிருந்த பொழுது. உடல் முழுவதும் நடுங்கி பின்னர் சிறுநீர் கழித்துவிடுவார். சிலவேளைகளில் அவர் மீண்டும் எழுந்திருக்கமாட்டாரோ என்று எனக்குப் பயமாக இருக்கும்.

*She taps his jaw with a reflex hammer.*

It's a surprise—a thousand butterflies fluttering up inside me—for a moment—it's pleasant. Thoughts come fast, fast, at last, I could . . . compose a poem . . . or go for a drive.

*She taps his arms with a reflex hammer. His biceps reflex is more prominent on the left.*

MENDOZA: *(muttered)* Left is brisk.

THANGAN: Then my wings collapse . . . I feel a coiling dread inside . . . until . . .

KANAN: *(also muttered, to* MENDOZA*)* Amygdala.

MENDOZA *continues to check* THANGAN's *reflexes and tone.*

Relax, Appa—

MENDOZA: Let me move your limbs. As if you are a rag doll. And the other spells?

THANGAN: Sometimes there is this long moment of perfect solitude and I behold my son's face—Kavalan's—radiant like the son. Then it grows dark. He cries . . . He breaks into shards . . . there is pain . . . electric current applied to each of my fingers —

SEVI: Anban. *[Dear.]* You remember it.

Look at his hand. These are memories.

MENDOZA: Olfactory hallucinations?

*She scratches soles of his feet with a key.*

Sorry.

*(to self)* Babinski left.

– 80 –

*(மென்டோசா தங்கனின் முகத்தில் ஐந்தாம் மண்டையோட்டு நரம்பின் மூன்று கிளைகளினதும் வழியில் மும்மூன்றுமுறை ஊசியால்க் குத்துகிறார். தங்கன் வலியை வெளிக்காட்டுகிறான்.)*

**மென்டோசா:** வலிப்பு எப்படி ஆரம்பிக்கிறது? ஒவ்வொரு முறையும் ஒரேமாதிரித்தான் ஆரம்பிக்கிறதா?

**தங்கன்:** பொதுவாக அப்படித்தான்.

*(மென்டோசா தங்கனின் தாடையை ஒரு சிறு சுத்தியலால் தட்டுகிறார்.)*

எதிர்பாராத விதமாகத்தான் தோன்றும். ஓராயிரம் பட்டாம் பூச்சிகள் என்னுள்ளே சிறகடிக்கும். ஒரு கணம் அது மகிழ்வூட்டுவதாக இருக்கும். எண்ணங்கள் வேகவேகமாக மாறிமாறி வரும். என்னால் ஒரு கவிதையெழுத முடியும். அல்லது ஒரு மகிழ்உலாச் செல்லமுடியும்.

*(மென்டோசா தங்கனின் கைகளை சிறு சுத்தியலால் தட்டுகிறார். இடதுகையை தட்டும்போது தங்கனின் எதிர்வினைகள் வலதுகையைத் தட்டியபோதிருந்ததை விட வேகமாக இருக்கின்றன.)*

**மென்டோசா:** *(தனக்குள்ளே)* இடது வேகம் கூடியது.

**தங்கன்:** பின்னர் என் சிறகுகள் சோர்ந்துபோகும். என்னுள்ளே வியாபிக்கும் ஒரு பயங்கரத்தை உணர்வேன்.

**கண்ணன்:** *(மென்டோசாவிடம் இரகசியம்போல)* அமிக்டலா உடலம் *(மென்டோசா சோதனையைத் தொடரகிறார்)* அமைதியாயிருங்கள் அப்பா.

**மென்டோசா:** உங்கள் கைகால்களை ஒரு நூற்பொம்மைபோல விறைப்பின்றி வைத்திருங்கள். நான் அசைத்துப்பார்க்கப் போகிறேன். மேலும் கூறுங்கள். உங்கள் மற்றைய வலிப்புகள் எத்தகையவை?

**தங்கன்:** சிலவேளைகளில் பூரண தனிமைசூழ்ந்திருக்கும் நீண்ட கணமொன்று தோன்றும். அப்போது எனது மகன் காவலனின் முகம் எனக்குத்தோன்றும். அது சூரியன்போல் ஒளிவீசும். பின்னர் அது இருண்டு கறுத்துப்போகும். அவன் கதறி அழுவான். அந்த அழுகை கூரிய சில்லுகளாய் உடைந்துபோகும் . . . வலி ஏற்படும் . . . என் ஒவ்வொரு விரல் நுனியிலும் மின்சாரம் பாய்ச்சப்படும்.

**செவ்வி:** அன்பன், உங்களுக்கு நினைவிருக்கிறதா? அவரின் கையைப் பாருங்கள். அதிலே அவரின் நினைவுகள் இருக்கின்றன.

*(to KANAN)* This is new.

*(to THANGAN)* Do you ever smell anything odd?

**THANGAN:** Burnt flesh.

**KANAN:** *(to himself)* Uncus.

**MENDOZA:** So many wounds.

*Beat.*

**SEVI:** Can't you do something?

**MENDOZA:** Put your socks and shoes on. Can you walk like this, heel to toe?

*THANGAN sways as if he is drunk. KAVITHA gets up and starts practising the heel to toe walk, doing it quickly backwards and forwards.*

It's the medication.

**THANGAN:** Can you help me?

**MENDOZA:** Did you go to see the psychiatrist I recommended?

**THANGAN:** Yes. He was a very kind man. He offered me more drugs. He offered to talk to me about my "recurrent traumatic memories." He thinks I am crazy. She *(SEVI)* thinks I am a ghost. What do you think?

**KAVITHA:** Appa is not crazy.

**MENDOZA:** It's complicated. The injury you sustained in prison has left scars in your brain. Each scar causes a different type of seizure.

*She picks up a model of the brain and points out different regions as she speaks.*

**மென்டோசா:** நுகர்ச்சிப் பிரமைகளா? *(பாதங்களைத் திறப்பால் கீறுகிறார்)* மன்னிக்கவேண்டும். *(தனக்குத்தானே)* இடதுகாலில் மேல் நோக்கிய அங்கால் மறிவினை *(கண்ணனிடம்)* இது புதிது. *(தங்கனிடம்)* புதிரான மணங்கள் ஏதாவது மணக்கிறதா?

**தங்கன்:** ஊன் கருகும் மணம்.

**கண்ணன்:** மூளையின் வளைவாக்கப் பகுதி.

**மென்டோசா:** எத்தனையெத்தனையோ காயங்கள்.

**செவ்வி:** உங்களால் ஏதாவது செய்யமுடியாதா?

**மென்டோசா:** காலணியை அணிந்துகொள்ளுங்கள். உங்களால் இப்படிப் பாதம்முன் பாதம் வைத்து நடக்கமுடியுமா?

*(தங்கன் மதுபோதையில் இருப்பவன்போலத் தள்ளாடுகிறான். கவிதா உடனேயெழுந்து பாதம்முன் பாதம்வைத்து வேகமாக முன்னும் பின்னுமாக நடக்கிறாள்.)*

**மென்டோசா:** அவர் உட்கொள்ளும் மருந்துகள்தான் காரணம்.

**தங்கன்:** உங்களால் எனக்கு உதவ முடியுமா?

**மென்டோசா:** நான் பரிந்துரைத்த மனநோய் மருத்துவரைச் சென்று பார்த்தீர்களா?

**தங்கன்:** ஆமாம். அவர் மிகவும் இரக்கமானவர். எனக்கு மேலும் மருந்து மாத்திரைகள் வேண்டுமாவெனக் கேட்டார். எனது பயங்கரமான அனுபவங்கள் பற்றிப் பேசத் தயாராக இருப்பதாகக் கூறினார். அவர் எனக்குப் பைத்தியம் என்று நினைக்கிறார் செவ்வி நான் ஒரு ஆவி என நினைக்கிறார். நீங்கள் என்ன நினைக்கிறீர்கள்?

**கவிதா:** அப்பாவுக்குப் பைத்தியமில்லை.

**மென்டோசா:** இது சிக்கலான விடயம். சிறையிலே உங்களுக்கு ஏற்பட்ட காயங்களால், மூளையிலே தழும்புகள் ஏற்பட்டுள்ளன. ஒவ்வொரு தழும்பும் வெவ்வேறு வகையான வலிப்புகளை ஏற்படுத்துகிறது *(அவர் மூளையின் மாதிரி உருவொன்றை எடுத்து மூளையின் வெவ்வேறு பகுதிகளைச் சுட்டிக்காட்டுகிறார்)* தீவத்திலிருந்து எழும் வலிப்பு வலியை

An insular seizure can cause pain, an uncal seizure the smell of fire. A seizure in the frontal motor cortex makes your hand shake. Even the fear—inferior temporal lobe seizures cause pure, visceral, fear, and can trigger paranoia, even psychosis. The number of scars makes it—

THANGAN: And Kavalan's face?

MENDOZA: All visions aren't seizures . . . You are haunted. This is why I hoped you would work with Dr. Levitsky . . .

THANGAN: Listen. Please. Each night I dream I'm on a stony beach. With a necklace. It falls. Shatters—beads scatter. I grasp for them. But it's too late . . . some are lost to the sea forever. Each time I seize, more are lost forever.

MENDOZA: I know.

THANGAN: No you don't—

SEVI: Doctor. If you take part of him out, out of his brain, you can give *him* back to us?

MENDOZA: The truth is I don't know. Epilepsy changes a person; the surgery can change a person.

KANAN: We need change.

MENDOZA: It may not be safe.

THANGAN: What have I got to lose?

MENDOZA: All right, all right. I'll admit you to the monitoring unit. We need better electrophysiological evidence.

*They rise to exit.*

KAVITHA: *(whispers)* Appa, you're not crazy.

ஏற்படுத்தும். வளைவாக்கத்தில் எழும் வலிப்பு தீ எரிவதுபோன்ற மணத்தை உணரவைக்கும். முற்புற இயக்கிப் புறணியிலிருந்து எழும் வலிப்பு உங்கள் கைகளை நடுங்கச் செய்யும். உங்கள் பயங்கள்கூட—தாழ் கன்னமடலில் ஏற்படும் வலிப்பு காரணமற்ற அதீத பயத்தையும் அறிவுப்பிறழ்ச்சியையும், ஏன் மனச்சிதைவையும் 'ஏற்படுத்தலாம். உங்கள் தழும்புகளின் எண்ணிக்கை . . .

**தங்கன்:** காவலனின் முகம்?

**மென்டோசா:** எல்லாக் காட்சியுருக்களும் வலிப்புகள் அல்ல. நீங்கள் சித்தப்பிரமை பீடித்தவர்போல் இருக்கிறீர்கள். அதனால்தான் மருத்துவர் லெவிற்ஸ்கியுடன் நீங்கள் ஒத்துழைக்கவேண்டும் என விரும்பினேன்.

**தங்கன்:** தயவுசெய்து நான் சொல்வதைக் கவனமாகக் கேளுங்கள். ஒவ்வொரு இரவும், நான் ஒரு கற்கள் நிறைந்த கடற்கரையில் நிற்பதுபோலக் கனவுகாண்கிறேன். கையிலே ஒரு முத்துமாலையை வைத்திருக்கிறேன். மாலை விழுந்து உடைந்து முத்துக்கள் சிதறுகின்றன. நான் அவற்றைப் பொறுக்கியெடுக்கப்பார்க்கிறேன் ஆனால்ப் பயனில்லை. சில முத்துக்கள் கடலுக்குள்ளே நிரந்தரமாகத் தொலைந்துவிடுகின்றன. ஒவ்வொரு முறை எனக்கு வலிப்பு ஏற்படும்போதும் மென்மேலும் முத்துக்கள் நிரந்தரமாகத் தொலைந்து போகின்றன.

**மென்டோசா:** ஆம் எனக்குத் தெரியும்.

**தங்கன்:** இல்லை உங்களுக்குத் தெரியாது.

**செவ்வி:** அவரின் ஒரு பகுதியை அவரின் மூளையிலேயிருந்து வெட்டி அகற்றிவிட்டால், அவரைப் பழைய நிலையிலேயே எங்களுக்குத் திருப்பித்தர உங்களால் முடியும் இல்லையா?

**மென்டோசா:** உங்கள் கேள்விக்கான பதில் எனக்குத் தெரியாது என்பதுதான் உண்மை. காக்கை வலிப்பு ஒரு மனிதரை மாற்றிவிடுகிறது. அறுவைச்சிகிச்சையும் ஒரு மனிதரை மாற்றிவிடலாம்.

**கண்ணன்:** மாற்றம் எங்களுக்குத் தேவையானது.

**மென்டோசா:** அது ஆபத்தானதாய் இருக்கலாம்.

**தங்கன்:** இழப்பதற்கு என்னிடம் என்ன இருக்கிறது?

**THANGAN:** Why do you say that, Kavi?

**KAVITHA:** Kavalan talks to me too.

**மென்டோசா:** சரி சரி. உங்களைக் கண்காணிப்புக்குழுவிடம் சேர்த்துவிடுகிறேன். எமக்கு மேலும் மின்உடலியங்கியல்ச் சான்றுகள் தேவை. அது இல்லாமல் வாக்டி ஒருபோதும் அறுவைச்சிகிச்சைக்கு ஒப்புக்கொள்ளமாட்டார்.

*(மென்டோசா வெளியேறுகிறார்.)*

**கவிதா:** *(இரகசியமாக)* அப்பா உங்களுக்குப் பைத்தியம் இல்லை.

**தங்கன்:** ஏன் அப்பிடிச் சொல்லுறீங்கள் கவி?

**கவிதா:** காவலன் என்னோடும் பேசுவார்.

## SCENE NINE

*The waiting room outside* MENDOZA's *office.*

THANGAN: Can you read me what you've written, kutti?

KAVITHA: Ka, kaa, ki, kii, ku, kuu, ke, kee, kai, ko, koo, kow . . .

THANGAN: Good, and your penmanship is beautiful. Next one—

KAVITHA: Do I have to?

THANGAN: It's very important.

KAVITHA: Gna, gnaa, gni—

THANGAN: Try to do it properly. Gna—

KAVITHA *starts to sing to the tune of a taunting playground song.*

KAVITHA: Gna. Gnaa-gna-gnaa-gna-gnaa-gna . . .

THANGAN: Well, yes. Gna as in gnanum—wisdom. Please. Each consonant has a special sound, each one is a bone, part of a skeleton. The word for consonant is "mei eluththu." Bone or skeleton letter. The vowels are "uyir eluththu"—the spirit or breath—combined it is not just a word, but the form of life itself.

Watch.

*He demonstrates with his left hand.*

Ikkana and aiyanna makes kai. Hand. It comes to life.

# காட்சி ஒன்பது

*(மென்டோசாவின் அலுவலகத்திற்கு வெளியேயான காத்திருப்போர் கூடம். தங்கனும் கவிதாவும் தம்மிடையே மட்டும் தமிழில் உரையாடுகிறார்கள். மற்றைய உரையாடல்கள் ஆங்கிலத்திலே நடைபெறுகின்றன. ஆங்கிலத்தில் நடைபெறும் உரையாடல்கள் எழுத்துநடையிலே அமையப்பெற்றுள்ளன.)*

**தங்கன்:** எழுதினதை வாசிச்சுக்காட்டுங்கோ பாப்பம் குட்டி.

**கவிதா:** க கா கி கீ கு கூ கெ கே கை கொ கோ கௌ.

**தங்கன்:** கெட்டிக்காரி உங்கட கையெழுத்தும் நல்ல அழகாய் இருக்கு. சரி அடுத்தது?

**கவிதா:** டூ ஐ ஹாவ் டு?

**தங்கன்:** ஓம் அது முக்கியம்.

**கவிதா:** ஞ்அ ஞ்ஆ ஞ்இ.

**தங்கன்:** சரியா உச்சரிக்கவேணும். ஞ.

**கவிதா:** ஞ. ஞ ஞ ஞா ஞா ஞ ஞ ஞா ஞா.

*(பிரபலமான ஆங்கிலப்பாடலின் இராகத்தில் பாடுகிறாள்.)*

**தங்கன்:** ஆ அதுதான்! ஞா—ஞானம். ஞானம் எண்டால் அறிவு. ஒவ்வொரு மெய்யெழுத்துக்கும் ஒரு தனித்துவமான ஓசையிருக்கு. ஒவ்வொன்றும் ஒரு எலும்பு. அதுகள் ஒண்டாய்ச்சேர்ந்து ஒரு எலும்புக்கூட்டை உருவாக்கும். அதுதான் நாங்கள் அதை மெய் எழுத்து எண்டு சொல்லுறம். மெய் எண்டால் உடம்பு. எலும்பு. உயிரெழுத்துதான் உயிர். மூச்சு. இரண்டையும் சேர்த்தா வாறது வெறும் எழுத்தில்லை. அதுவும் ஒருவகையான உயிருள்ள பிறவி.

**KAVITHA:** I've got one. Ivvana and vaayanna—vai *[mouth]*.

*KAVITHA illustrates mouth.*

**THANGAN:** That's the idea. If you get the bones and breath right, you create meaning. Let's take vai. The spelling is actually—

**KAVITHA:** I'm hungry. Can we just do this at home.

**THANGAN:** They've convened the conference. They'll call us any minute.

**KAVITHA:** Where is *annan*?

**THANGAN:** I don't know.

**KAVITHA:** I don't want to go in.

**THANGAN:** Kavi, I need you to help me to convince them—

**KAVITHA:** That you don't need surgery—

**THANGAN:** That my seizures are getting worse.

**KAVITHA:** Appa?

**THANGAN:** Imagine a piece of butter cake.

**KAVITHA:** I like butter cake.

**THANGAN:** My brain is like that.

**KAVITHA:** Yummy?

**THANGAN:** Crumbly.

**KAVITHA:** You're feeling crummy, Appa?

**THANGAN:** Very.

**KAVITHA:** Me too.

பாருங்கோ, க்கன்னாவும் ஐயன்னாவும் சேர்ந்தா வாறது கை *(தனது இடது கையை அசைத்து)* இந்தா இதுக்கு உயிர்வந்திட்டுது.

**கவிதா:** நானொண்டு சொல்லுறன். வ்வன்னாவும் வையன்னாவும் சேர்ந்தா வாறது வாய்.

*(வாயை அசைத்துக் காட்டுகிறாள்.)*

**தங்கன்:** ஆ! அப்பிடித்தான். எலும்பையும் மூச்சையும் சரியாகச் சேர்த்தால் சரியான அர்த்தம் கிடைக்கும். இப்ப வாய் எண்ட சொல்லை எடுப்பம், அதை எப்பிடிச் சரியாகச் சொல்லுறதெண்டால் . . .

**கவிதா:** எனக்குப் பசிக்குது. வீட்டில மட்டும் தமிழ் படிச்சாப் போதாதே?

**தங்கன்:** அவை தங்கட கூட்டத்தைத் தொடங்கிட்டினம். எங்கள எந்தநேரமும் உள்ளுக்க கூப்பிடலாம்.

**கவிதா:** அண்ணா எங்க?

**தங்கன்:** தெரியேல்லையம்மா.

**கவிதா:** எனக்கு உள்ளுக்க வர விருப்பமில்லை.

**தங்கன்:** நீங்கள் வரத் தேவையில்லை. ஆனால், நான் அவையைச் சம்மதிக்கவைக்கிறதுக்கு நீங்கள் உதவிசெய்யவேணும்.

**கவிதா:** உங்களுக்கு ஒப்பரேஷன் தேவையில்லை எண்டோ?

**தங்கன்:** என்ரை வலிப்புகள் வரவர மோசமாகுது எண்டு நீங்கள் பாக்கிறனீங்கள்தானே?

**கவிதா:** அப்பா?

**தங்கன்:** ஒரு பட்டர்கேக்கை நினைச்சுப் பாருங்கோ.

**கவிதா:** ஐ லைக் பட்டர்கேக்.

**தங்கன்:** என்ரை மூளையும் அப்பிடித்தான்

**கவிதா:** யம்மி?

*MENDOZA emerges.*

**MENDOZA:** We are ready for you.

Thangan, Dr. Wagdy, neurosurgeon.

**THANGAN:** It's an honour.

*WAGDY regards KAVITHA.*

**WAGDY:** Can she wait outside?

**THANGAN:** No, Doctor. She's my memory. Hers is much better than mine.

**MENDOZA:** You know, I'll need to review your history. Fully.

**THANGAN:** Of course.

**MENDOZA:** Mr. Subramaniam is a forty-eight-year-old, right-hand dominant Tamil refugee from Sri Lanka.

He has complex partial and secondarily generalized seizures. Post-traumatic. He worked as a journalist. At age twenty-eight he was imprisoned by the Sri Lankan army and tortured. His MRI demonstrates multiple aggravated head injuries . . .

*An MRI of THANGAN's brain is projected, dwarfing the ensemble.*

Clinically he has post-traumatic partial complex and secondarily generalized seizures.

*MENDOZA gestures to the MRI.*

The damage is extensive. For example, the right frontoparietal suture here was fractured, refractured. Severe contusions throughout the eloquent cortex affecting the left hand. But the brunt of the damage is here in the right inferior frontal and temporal lobes, severe gliosis, extensive cystic atrophy. Almost no normal tissue remains.

**KAVITHA:** Doesn't look like butter cake . . . It's full of craters, like the moon—

**தங்கன்:** கிறம்பிளி. தூள்தூளாய் உடைஞ்சுபோகக்கூடியது.

**கவிதா:** நீங்கள் கிறம்மியா ஃபீல் பண்ணுறீங்களே அப்பா?

**தங்கன்:** ஓமம்மா.

**கவிதா:** நானுந்தான் அப்பா.

*(மென்டோசா தோன்றுகிறார்.)*

**மென்டோசா:** நாங்கள் உங்களுக்குத் தயார். தங்கன் இவர் மூளை அறுவைச்சிகிச்சை நிபுணர் வாக்டி.

**தங்கன்:** மிக்க மகிழ்ச்சி.

**வாக்டி:** *(கவிதாவை நோக்கி)* அவள் வெளியே காத்திருக்கலாமா?

**தங்கன்:** இல்லை ஐயா. அவளின் நினைவுத்திறன் என்னுடையதைவிட மிகவும் சிறந்தது.

**மென்டோசா:** உங்கள் வரலாற்றை நான் முழுமையாக மீளாய்வு செய்யவேண்டும் என உங்களுக்குத் தெரியுந்தானே?

**தங்கன்:** நிச்சயமாகத் தெரியும்.

**மென்டோசா:** திருவாளர் சுப்பிரமணியம் தங்கராஜா இலங்கையிலிருந்து வந்திருக்கும் ஒரு தமிழ் அகதி. 48 வயதானவர். வலதுகைப் பழக்கமுள்ளவர். அவருக்குச் செறிவான ஆனால் முழுமையற்ற வலிப்புகளும், இரண்டாம் கட்டமாக உடல்முழுவதுமான வலிப்புகளும் தோன்றுகின்றன. அவை புறஅதிர்ச்சிக்குப் பின்னானவை. அவர் ஒரு ஊடகவியலாளராகப் பணியாற்றி வந்தார். அவரின் இருபத்தி எட்டாவது வயதில், அவர் இலங்கை இராணுவத்தால் சிறைப்பிடிக்கப்பட்டு சித்திரவதைக்கு உட்படுத்தப்பட்டார். காந்த அதிரவொலிப்பெருக்கப் படிமங்களை நோக்கும்போது, பரந்தகன்றதும் மோசமானதுமான தலைக் காயங்களைக் காணக்கூடியதாக இருக்கின்றது.

*(மூளையின் காந்த அதிர்வொலிப்பெருக்க வருடிப் படிமம் -எம். ஆர். ஐ வருடிப் படிமம்—காட்சிப்படுத்தப்படுகிறது. மேடையிலே அந்தப் படத்தின் அளவு, நடிகர்களின் அளவோடு ஒப்பிடுகையில் மிகப்பெரியதாகத் தெரிகிறது.)*

**THANGAN:** Shh.

*WAGDY takes over operation of the* MRI, *scrolling back and forth.*

**MENDOZA:** On the GRE sequence, the whole right inferior temporal lobe blooms, the cortex is burnished with hemosiderin—

**THANGAN:** Hemosiderin?

**MENDOZA:** Oxidized blood. Where axons have torn. It happens when the brain is shaken—repeatedly—violently.

**WAGDY:** It's a minefield.

**MENDOZA:** . . . Yes. On release from prison, he suffered fits of intense fear, guttural vocalizations, left hand and face twitching, evolving into epilepsia partialis continua—

**THANGAN:** For how long?

*WAGDY suddenly stops scrolling. He has found what he was looking for.*

**WAGDY:** Long enough to cause severe hippocampal sclerosis . . .

*WAGDY highlights this on slices of the brain.*

**THANGAN:** This is a good thing?

**WAGDY:** It's the surgical target.

**MENDOZA:** The hippocampus. It's your salvation. Look, Kavitha.

*She uses a pointer.*

It was named by the Greeks for its resemblance to a sea horse. What do you think?

**KAVITHA:** Just another crater to me.

**MENDOZA:** No. This is the birthplace of memory.

உதாரணமாக, இங்கே வலது மண்டையோட்டின் முன்மண்டைப்பக்கச்சிரை பொருத்துவாய் பலமுறை உடைந்திருக்கிறது. மொழியாற்றல்ப் புரணியிலே தென்படும் மோசமான கன்றல்கள் வலதுகையைப் பாதிக்கிறது. ஆனால் மிக மோசமான பாதிப்பு வலது தாழ் முன் மடலுக்கும், கன்ன மடலுக்குந்தான்— மிகமோசமான தழும்புகளையும், பரவலான நீர்க்கட்டிச் செயற்திறன் இழப்புகளையும் இங்கே காணலாம். இயல்புநிலையான இழையங்கள் அறவே இல்லையென்று சொல்லுமளவுக்கு மோசமாக இருக்கிறது.

**கவிதா:** இதைப் பார்த்தா பட்டர்கேக் போல இல்லையே. மேடும் பள்ளமுமாய் சந்திரனைப் போலயல்லோ இருக்கு?

**தங்கன்:** ஷ்ஷ்ஷ்.

*(வாக்டி காந்த அதிர்வொலிப்பெருக்க வருடிப் படிமத்தைத் தானே இயக்க முனைகிறார். மேலுங்கீழுமாக படிமத்தின் வெவ்வேறு பகுதிகளை நோக்குகிறார்.)*

**மென்டோசா:** வாட்ட எதிரலை நிரலொழுங்கிலே வலது தாழ் கன்ன மடல் மலர்ந்து தெரிகிறது. ஹீமோசிடறினால் புறணி பளபளப்பாக்கப்பட்டுள்ளது.

**தங்கன்:** ஹீமோசிடறின்?

**மென்டோசா:** ஒட்சிசனேற்றப்பட்ட குருதி. நரம்பிழைத்தண்டுகள் அறுந்துபோயுள்ள இடங்களிலே மூளை மீண்டும் மீண்டும் முரட்டுத்தனமாக உலுக்கப்பட்டால் இப்படி நடக்கும்.

**வாக்டி:** இது கண்ணிவெடிகள் விதைத்த வயல்.

**மென்டோசா:** ஆம். சிறையிலிருந்து விடுவிக்கப்பட்டபோது, கடும் அச்சத்தால் விளையும் வலிப்பால்ப் பாதிக்கப்பட்டார். அடித்தொண்டையிலிருந்து எழும் ஒலத்துடன் இடது கையும் முகமும் விட்டுவிட்டுத் துடிப்பதில ஆரம்பித்து தொடர்ச்சியாகத் தாக்கும் குறைவலிப்பாக அது மாறும்.

**தங்கன்:** எவ்வளவு நேரத்துக்கு?

**வாக்டி:** *(படிமத்தை இயக்குவதைத் திடீரென நிறுத்துகிறார். தான் தேடிக்கொண்டிருந்த விடயத்தை அவர் கண்டுவிட்டார்)* மூளைப் பின்மேட்டிலே மோசமான உறுப்பின் காழ்ப்பை ஏற்படுத்துவதற்குத் தேவையான அளவு நேரத்திற்கு.

**THANGAN:** And where do memories die?

**MENDOZA:** Here too. Hippocampal neurons fire hard and fast. They ramify throughout the brain. In epilepsy, an evil genius unleashes relentless and terrifying electrical storms from this place.

**KAVITHA:** Muyalakan!

**THANGAN:** STOP! You're right. It is Muyalakan. The demon. That's him. In my head. He does stuff. He hurts me. The doctor is going to get him. If you'll only be quiet.

*WAGDY clears his throat.*

**WAGDY:** Surgery can be curative when epilepsy is caused by hippocampal sclerosis, but—

**THANGAN:** Curative?

*KAVITHA and THANGAN's dialogue overlaps WAGDY and MENDOZA's, both weaving in and out and over top of each other, as the italicized text is clearly articulated.*

| | |
|---|---|
| **WAGDY:** —but the risks far outweigh the benefits. | **KAVITHA:** they'll JUST remove the scars, right? NOT my stories. |
| **MENDOZA:** What? | **THANGAN:** Not your stories. |
| **WAGDY:** There are scars upon scars upon scars dissecting through . . . it . . . it will be like defusing a time bomb. | **KAVITHA:** How do you know that? |
| | **THANGAN:** Love doesn't dwell in one place in my skull. No doctor can cut it out. |
| **MENDOZA:** *So you agree he's a time bomb?* | When I wake up, I won't have seizures. I'll walk you to school. |
| **WAGDY:** Psychosis, PTSD—all poor prognostic factors. | **KAVITHA:** I can walk on my own. |

*(மூளையின் குறுக்குவெட்டுப் படங்களிலே அதைக் குறிப்பிட்டுக் காட்டுகிறார்.)*

**தங்கன்:** இது நல்லவிடயந்தானா?

**வாக்டி:** இது அறுவைச் சிகிச்சைக்கானதொரு குறியிலக்கு.

**மென்டோசா:** மூளைப்பின்மேடு. அதுதான் உங்களுக்கு விமோசனம் தரும். பார் கவிதா!

*(தனது சுட்டும் கருவியைப் பயன்படுத்துகிறார்.)*

அதன் உருவம் கடற்குதிரையை ஒத்திருந்ததால், கிரேக்கர்கள் ஹிப்போகாம்பஸ் என்ற பெயரையிட்டார்கள். நீ என்ன நினைக்கிறாய்?

**கவிதா:** எனக்கு இன்னொரு கரிய குழி போலத்தான் தோன்றுகிறது.

**மென்டோசா:** இல்லை. மூளைப்பின்மேடுதான் அனைத்து நினைவுகளினதும் பிறப்பிடம்.

**தங்கன்:** சரி. நினைவுகள் எங்கே சென்று இறக்கின்றன?

**மென்டோசா:** அதுவும் இங்கேதான். மூளைப்பின்மேட்டின் நரம்பணுக்கள் வேகமாகவும் பலமாகவும் பொறியெழுப்பி மூளைப் பரப்பெங்கும் பரவுகின்றன. வலிப்பின்போது, மிகவும் இரக்கமற்ற பயங்கரமான மின்புயல்களைத் தோற்றுவிக்கும் ஒரு கொடுங்கோல் பேதை பிறக்கிறான். உங்கள் மூளைப்பின்மேடு துவண்டுபோக மனச்சிதைவு வேர்விடத் தொடங்கியிருக்கிறது.

**கவிதா:** மு-ய-ல-க-ன்.

**தங்கன்:** ஓம். நீங்கள் சொல்லுறதுது சரி. அது முயலகன்தான். அரக்கன். அவன்தான் என்ரை தலைக்குள்ள. அவன் என்னவெல்லாமோ செய்யிறான். என்னைத் துன்புறுத்துறான். நீங்கள் அமைதியாக இருந்தால், டொக்டர் அவனை வெட்டி எடுத்திடுவார்.

**வாக்டி:** மூளைப்பின்மேட்டில் ஏற்படும் உறுப்பின் காழ்ப்புக் காரணமாக தோன்றும் வலிப்புகளை அறுவைச் சிகிச்சை குணப்படுத்தலாம் ஆனால் . . .

**தங்கன்:** குணப்படுத்தலாம்?

**MENDOZA:** He is different. *His traumatic memories* are *seizures. We can't medicate or analyze them away. Believe me. I've tried!*

**THANGAN:** I'll work. We'll go to movies. Imagine—

**KAVITHA:** I don't wanna imagine!

We have movies on TV at home—

**WAGDY:** You're too involved.

**MENDOZA:** Of course I'm involved!

**THANGAN:** Home? It's a prison.

**WAGDY:** I don't peddle hope.

**KAVITHA:** At home . . . if you have a seizure. It's okay, I'll be there.

**MENDOZA:** I don't accept despair.

**WAGDY:** Or reason.

**MENDOZA:** *So the torturers, they win.*

**THANGAN:** And when you grow up. Then what? Should I stay home alone?

**WAGDY:** I'm not here to discuss justice.

**KAVITHA:** *I'll be alone! Tell them you changed your mind!*

**MENDOZA:** You're here to forget it?

**THANGAN:** Just give me a chance.

**WAGDY:** On clinical grounds. No.

**KAVITHA:** No!

*In unison:*

**MENDOZA:** No?!

**THANGAN:** No!?

SEVI *enters.*

**MENDOZA:** Okay. Just let me show you how the seizures map to lesions that CAN be removed.

**SEVI:** So sorry I'm late: transit—

**THANGAN:** This is my wife, Sevi.

*(தங்கனுக்கும் கவிதாவிற்கும் இடையிலும் மென்டோசாவிற்கும் வாக்டிக்கும் இடையிலும் இருவேறு உரையாடல்கள் ஒரே நேரத்தில் நடப்பதுபோல நிகழ்த்தப்படவேண்டும்)*

**வாக்டி:** ஆனால் அதனால் விளையக்கூடிய நன்மைகளைவிடத் தீங்குகள்தான் அதிகம்.

**மென்டோசா:** என்ன தீங்குகள்?

**வாக்டி:** தழும்புகளுக்கு மேல் தழும்புகள். அதற்கும்மேல் மேலும் தழும்புகள். அவற்றைத் தவிர்த்து விலத்தி அறுவைச் சிகிச்சை செய்வதென்பது ஒரு வெடிகுண்டை செயலிழக்கச் செய்வதுபோன்றது.

**மென்டோசா:** அப்படியென்றால் அவர் எந்நேரமும் வெடித்துச் சிதறக்கூடிய ஒரு வெடிகுண்டு என்பதை ஒத்துக்கொள்கிறீர்கள்.

**கவிதா:** அவை ஸ்கார்ரஸை மட்டுந்தானே வெட்டியெடுப்பினம்? என்ரை கதைகளை வெட்டியெடுக்கமாட்டினம் இல்லையே?

**தங்கன்:** உங்கட கதைகளை வெட்டமாட்டினம்.

**கவிதா:** உங்களுக்கு எப்பிடித் தெரியும்?

**வாக்டி:** மனச்சிதைவு, உளஅதிர்ச்சிக்குப் பின்னான மன அழுத்தம், இவை எல்லாமே பாதகமான முன்கணிப்புகள்.

**மென்டோசா:** இவரின் நிலமை வேறு. இவரின் உளஅதிர்ச்சிக்குரிய நினைவுகள்தான் வலிப்புகள். அவற்றை மருந்துகளாலோ ஆய்வுகளாலோ இல்லாமல் போகச்செய்யமுடியாது. என்னை நம்புங்கள். நான் முயற்சிசெய்து பார்த்துவிட்டேன்.

**தங்கன்:** அன்பு என்ரை தலைக்குள்ள ஒரு இடத்தில மட்டும் இருக்கிறதில்லை. ஒரு டொக்டராலயும் அதை வெட்டியெடுக்க முடியாது. ஒப்பரேஷன் முடிஞ்சு நான் முழிக்கேக்குள்ள எனக்கு வலிப்புகள் வராது. உங்களைப் பள்ளிக்கூடம் கூட்டிக்கொண்டு போவன்.

**கவிதா:** எனக்குத் தனியா நடந்துபோகத் தெரியும்.

**தங்கன்:** நான் வேலைக்குப்போவன். நாங்கள் படங்கள் பார்க்கப்போவம். நினைச்சுப்பாருக்கோ!

**WAGDY:** I am also running late.

**MENDOZA:** There are three types of seizures. The sensory aura, the pain—the left hand.

*She uses the MRI to demonstrate the brain areas from which the seizures arise.*

**WAGDY:** Yes. Maps to the scar in the right sensorimotor cortex. If I resect that area, you'll be paralyzed—

*In unison:*

**KAVITHA:** Paralyzed!                                    **THANGAN:** I am willing.

**SEVI:** You're willing?

**WAGDY:** I am not willing to paralyze you.

**MENDOZA:** Wagdy, he *is* competent to decide.

**WAGDY:** Right then. You paralyze him.

**MENDOZA:** Let's continue. The aura of visceral fear clearly arises from a right medial temporal focus.

**WAGDY:** You are proposing a frontal *and* temporal resection—it's too much!

**THANGAN:** The prison I'm in is in here, in my skin, my nerves. The fear—it unfurls from within.

**WAGDY:** I can't set you free.

**THANGAN:** Doctor, I just want to walk her to school.

**MENDOZA:** There is a third type. With visual semiology. He sees a face . . .

**KAVITHA:** He sees Kavalan—

**WAGDY:** Kavalan?

**கவிதா:** நான் மாட்டன். வீட்டில டிவீயில படங்கள் வரும்.

**தங்கன்:** வீடா? அது சிறை.

**கவிதா:** வீட்டில உங்களுக்கு வலிப்பு வந்தாலும் ஒண்டும் நடக்காது. நான் இருப்பன்.

**வாக்டி:** நீங்கள் இவரோடு ஆழமாக ஈடுபட்டுவிட்டீர்கள்.

**மென்டோசா:** ஆம் நான் ஈடுபட்டுத்தான் இருக்கிறேன். அப்படித்தான் இருக்கவேண்டும்.

**வாக்டி:** நான் நம்பிக்கைகளை விற்கும் வியாபாரியல்ல.

**மென்டோசா:** நான் நம்பிக்கையின்மையை ஏற்றுக்கொள்வதில்லை.

**வாக்டி:** நியாயமான காரணங்களையும் ஏற்றுக்கொள்வதில்லையென்று தெரிகிறது.

**மென்டோசா:** அப்படியானால் சித்தரவதையாளர்கள் வென்றுவிட்டார்கள்.

**தங்கன்:** நீங்கள் வெளிக்கிட்டபிறகு என்ன நடக்கும்? நான் தனியா வீட்டில இருக்கவேணுமே?

**வாக்டி:** நான் நீதி நியாயம் பற்றி ஆராய்வதற்கு இங்கே வரவில்லை.

**கவிதா:** நான் தனியா இருக்கவேணும். அவையிட்டை சொல்லுங்கோ. நீங்கள் மைன்டை மாத்திட்டீங்கள் எண்டு சொல்லுங்கோ.

**மென்டோசா:** அவைபற்றி மறந்துவிடுவதற்காகத்தான் இங்கே வந்தீர்களா?

**தங்கன்:** எனக்கு ஒரேயொரு சந்தர்ப்பம் தாங்கோம்மா.

**வாக்டி:** மருத்துவ அடிப்படையில் இது முடியாது.

**கவிதா:** முடியாது.

*(தங்கனும் மென்டோசாவும் ஒருசேர)*

**தங்கன்:** முடியாதா?

**THANGAN:** I had a son. He was abducted with me. The soldiers killed him. He was eight.

**MENDOZA:** Look at this video, recorded yesterday—finally. Now—follow—he is watching the TV. He looks away—there, it begins . . . Look, focal rhythmic theta arises in the right posterior temporal lobe, building in amplitude, recruiting, for half a minute. He looks alert. He can interact throughout—but he's talking to Kavalan.

**THANGAN:** His face . . . his smile . . . his fear . . . is electricity?

**MENDOZA:** Yes. It's clearly an epileptic seizure originating in the right posterior temporal lobe.

**THANGAN:** Just electricity?

**WAGDY:** Love, grief, hope—it's all electricity.

**MENDOZA:** And then there are the voices—

**KAVITHA:** But we all hear his voice. Kavalan talks to all of us, and I haven't even met him. But he is very, very talkative. So . . . We don't all need surgery. Do we? DO WE? . . .

**MENDOZA:** You all hear him?

**SEVI:** I don't.

**WAGDY:** Really? Communal psychosis . . . has an even worse prognosis!

**KAVITHA:** Dr. Mendoza, my appa tells me stories. Are you planning to take those too?

**MENDOZA:** Do you want a real answer—

**KAVITHA:** Yes.

**MENDOZA:** Listen. The left brain is critical for language and verbal memory. The scars we will remove are on the right side. It should be okay.

**மென்டோசா:** முடியாதா?

*(செவ்வி உள்ளே நுழைகிறாள்.)*

**மென்டோசா:** சரி. அகற்றப்படக்கூடியதாயுள்ள தழும்புகள் எப்படி வலிப்புகளுடன் தொடர்புபட்டிருக்கின்றன என்று காட்டுவதற்கு மட்டுமாவது என்னை அனுமதியுங்கள்.

**செவ்வி:** தாமதமானதுக்கு மன்னிக்கவேண்டும். போக்குவரத்தில் நெரிசல்.

**தங்கன்:** இவர் எனது மனைவி. செவ்வி.

**வாக்டி:** எனக்கும் தாமதமாகிறது.

**மென்டோசா:** மூன்று வகையான வலிப்புகள் உள்ளன—முன்னுணர்வு அறிகுறி, நோவு—அந்த இடது கை.

*(மென்டோசா காந்த அதிர்வொலிப்பெருக்கப் படிமத்தைப் பயன்படுத்தி வலிப்புத் தோன்றும் பகுதிகளை விளக்குகிறார்.)*

**வாக்டி:** ஆம். உணர்வையும் இயக்கத்தையும் கட்டுப்படுத்தும் வலது உணரியக்கிப் புறணியிலே உள்ள தழும்புடன் தொடர்புபட்டுள்ளது. அதை அகற்றிவிட்டால் நீங்கள் ஆற்றலிழந்து முடமாகிப் போவீர்கள்.

*(கவிதாவும் தங்கனும் ஒரே நேரத்தில்.)*

**கவிதா:** முடமாகியா?

**தங்கன்:** நான் உடன்படுகிறேன்.

**செவ்வி:** நீங்கள் உடன்படுகிறீர்களா?

**வாக்டி:** நான் உங்களை முடமாக்க உடன்படமாட்டேன்.

**மென்டோசா:** வாக்டி, அவர் முடிவெடுக்கும் பக்குவத்தைக் கொண்டிருக்கிறார்.

**வாக்டி:** அப்படியானால் சரி. நீங்களே செய்துவிடுங்கள்.

**SEVI:** Should?

**WAGDY:** We don't know how to localize creativity. It has been said, although it is certainly an oversimplification, that the muse inhabits the right brain, the proposed surgical target. The long and short of it is, creativity has never been studied systematically pre- and post-surgery.

**SEVI:** So you don't know.

**KAVITHA:** See. They don't know. You might not . . . You won't be the same!

**THANGAN:** I don't want to be the same. Creativity? Creativity?? What have I written in fifteen years?

**KAVITHA:** He said it's dangerous—

**WAGDY:** Yes!

**SEVI:** How dangerous?

**KAVITHA:** You'll forget about me!

**THANGAN:** I forget everything anyway!

**KAVITHA:** No!

*KAVITHA runs out.*

**SEVI:** I'll go . . .

*SEVI follows her out.*

**MENDOZA:** We need to—

**WAGDY:** —make a rational—

**MENDOZA:** —a compassionate—

**WAGDY:** —a decision.

**மென்டோசா:** நாங்கள் தொடருவோம். உடலின் ஆழத்திலிருந்து எழும் பயப்பிராந்தியின் முன்னறிகுறிகள் நிச்சயமாக வலது மத்திய கன்னமடல் குவியத்திலிருந்தே தோன்றுகின்றன.

**வாக்டி:** முன்மடல் கன்னமடல் இரண்டையுமே வெட்டியகற்றவா? அது மிக அதிகம்.

**தங்கன்:** நானிருக்கும் சிறை இங்கேதான் இருக்கிறது. எனது தோலுக்குள், நரம்புகளுக்குள். எனது பயங்கரங்கள் என்னுள்ளே இருந்துதான் விரிகின்றன.

**வாக்டி:** உங்களை விடுவிக்க என்னால் முடியாது.

**தங்கன்:** நான் விரும்புவதெல்லாம் அவளைப் பாடசாலைக்கு நடத்திச்செல்ல மட்டுமே.

**மென்டோசா:** மூன்றாவது வகையொன்றும் உண்டு. பார்வைப்புலக் குறியீடு. அவர் ஒரு முகத்தைப் பார்க்கிறார்.

**கவிதா:** காவலன்.

**வாக்டி:** காவலன்?

**தங்கன்:** எனக்கொரு மகன் இருந்தான். அவன் என்னுடனேயே கடத்தப்பட்டான். இராணுவத்தினர் அவனைக் கொன்றுவிட்டனர். அவனுக்கு அப்போது எட்டு வயதுதான்.

**மென்டோசா:** இந்தக் காணொளியைப் பாருங்கள். நேற்றுப் பதிவுசெய்யப்பட்டது. இதோ—பாருங்கள்—அவர் தொலைக்காட்சி பார்த்துக்கொண்டிருக்கிறார். பின்னர் அப்பாலே பார்க்கிறார்—அதோ தொடங்குகிறது. பாருங்கள் தேற்றா சந்தஅலைவுக் குவிவு வலது பின் கன்னமடலில் ஆரம்பித்து, வீச்சில் அதிகரித்து, அணிசேர்த்து, அரை நிமிடம் நீடிக்கிறது. அவர் விழிப்புடன் இருக்கிறார். முழுநேரமும் தொடர்பாடக்கூடியவராக இருக்கிறார். ஆனால் அவர் பேசிக்கொண்டிருப்பது காவலனுடன்.

**தங்கன்:** அவனின் முகம், அவனின் சிரிப்பு, அவனின் பயங்கள், எல்லாமே மின்சாரந்தானா?

**மென்டோசா:** ஆம். இது தெட்டத்தெளிவாக வலது பின் கன்னமடலில் தோன்றுகின்றதொரு காக்கை வலிப்பு.

**THANGAN:** I've got to find her—

*THANGAN grows panicked, his anxiety indicating the beginning of a seizure.*

Kutti, I am sorry . . . so sorry. Find you . . . protect you . . . Kavitha!!

**MENDOZA:** Sit, Thangan.

*WAGDY restrains him as MENDOZA goes to a drawer and draws up medicine. THANGAN struggles with WAGDY.*

**THANGAN:** . . . Spare her . . . please. I'll do anything . . .

*THANGAN cries out.*

*MENDOZA gives him an ativan injection. THANGAN relaxes, still confused, but the seizure is over.*

**WAGDY:** We can't cure him. But perhaps freedom from this fear, these visions . . . perhaps . . .

**MENDOZA:** Might he lose too much?

**WAGDY:** Will he know what he has lost?

**MENDOZA:** Some memories should be erased.

**WAGDY:** That is not for you to decide.

**MENDOZA:** If a brain tumour impedes blood flow it causes pressure and pain. We remove it, the pain goes away. This is no different.

**WAGDY:** Tumours grow back, Milagros.

**MENDOZA:** Yes. Some do.

**WAGDY:** Most of them do.

*SEVI appears with her arm around KAVITHA.*

**தங்கன்:** வெறும் மின்சாரம் மட்டுந்தானா?

**வாக்டி:** காதல், துயரம், நம்பிக்கை எல்லாமே வெறும் மின்சாரம்தான்.

**மென்டோசா:** அதற்குமேலும் ஒன்றுண்டு. குரல்கள்.

**கவிதா:** ஆனால் நாங்கள் எல்லோரும் அவரின் குரலைக் கேட்கிறோம். காவலன் எங்கள் எல்லோரோடும் பேசுகிறார். இத்தனைக்கும் நான் அவரைச் சந்தித்ததுகூட இல்லை. ஆனால் அவர் நிறையப் பேசுவார். அப்படியானால், எங்கள் எல்லோருக்குமே அறுவைச் சிகிச்சை தேவையா? தேவையில்லைத்தானே?

**மென்டோசா:** உங்கள் எல்லோருக்கும் அவர் பேசுவது கேட்குமா?

**செவ்வி:** எனக்குக் கேட்டதில்லை.

**வாக்டி:** உண்மையாகவா? குழுநிலை மனச்சிதைவா? முன்னரைவிட மோசமான நோய்க் கணிப்பு.

**கவிதா:** என் அப்பா எனக்குக் கதைகள் சொல்வார். நீங்கள் அவைகளையும் வெட்டியெடுத்துவிடத் திட்டமிடுகிறீர்களா?

**மென்டோசா:** உனக்கு நேர்மையான பதில் வேண்டுமா?

**கவிதா:** ஆம்.

**மென்டோசா:** கவனமாகக் கேள். மொழியாற்றலுக்கும் நினைவாற்றலுக்கும் இடது புற மூளை முக்கியமானது. அறுவைச்சிகிச்சை திட்டமிடப்படுவது வலது புற மூளையில். ஆகவே பாதகமெதுவும் இருக்கக்கூடாது.

**செவ்வி:** இருக்காதா? இருக்கக்கூடாதா?

**வாக்டி:** படைப்பாற்றலை எப்படித் தனிப்படுத்துவது என எமக்குத் தெரியாது. கவிதையாற்றல் வலதுபுற மூளையில்தான் வசிக்கிறது எனக்கூறப்படுகிறது. அது மிகவும் எளிமைப்படுத்தப்பட்ட விளக்கமாக இருந்தாலுங்கூட . . . எமது அறுவைச் சிகிச்சையும் அதே வலதுபுறத்தில்தான். சுருக்கமாகச் சொல்வதானால், அறுவைச் சிகிச்சைக்கு முன்னரும் பின்னரும் உள்ள படைப்பாற்றல் பற்றிய ஒப்பீட்டாய்வுகள் எதுவும் முறையாக மேற்கொள்ளப்படவில்லை.

**KAVITHA:** Appa? Appa, I'm sorry.

*KAVITHA goes to his side.*

**MENDOZA:** He is resting. It's not your fault.

**KAVITHA:** Kavalan, come now, it's time. Watch over Appa while he sleeps.

*After some time:*

**THANGAN:** Kavitha?

**KAVITHA:** He was here. He is gone now. It's all right.

**THANGAN:** Am I—

**KAVITHA:** No, you're not wet. You're okay.

**THANGAN:** Little jewel, Kavi, you will not lose me. I will not lose you . . .

**KAVITHA:** I'm scared, Appa.

**THANGAN:** I'm scared too.

செவ்வி: அதாவது உங்களுக்குத் தெரியாது.

கவிதா: பார்த்தீர்களா? அவர்களுக்குத் தெரியாது. ஒருவேளை நீங்கள் . . . நீங்கள் இப்போதிருப்பதுபோல் இருக்கமாட்டீர்கள்.

தங்கன்: நான் இப்போதிருப்பதுபோல் இருக்க விரும்பவில்லை. படைப்பாற்றல்! படைப்பாற்றல்? நான் இந்தப் பதினைந்து வருடத்தில் எதைப் படைத்திருக்கிறேன்?

கவிதா: அது ஆபத்தானது என அவர் சொன்னார்.

வாக்டி: ஆம்.

செவ்வி: எவ்வளவு ஆபத்தானது?

கவிதா: நீங்கள் என்னைப்பற்றி மறந்துவிடுவீர்கள்.

தங்கன்: நான் ஏற்கனவே எல்லாவற்றையும் மறந்துதானே போகிறேன்.

கவிதா: இல்லை.

(வெளியே ஓடுகிறாள்.)

செவ்வி: நான் போகிறேன்.

(செவ்வி கவிதாவைத் தொடர்ந்து போகிறாள்.)

மென்டோசா: நாங்கள்

வாக்டி: அறிவுசார்ந்து

மென்டோசா: பரிவிரக்கத்துடன்

வாக்டி: ஒரு முடிவெடுக்கவேண்டும்.

தங்கன்: நான் அவளைக் கண்டுபிடிக்கவேண்டும்.

(பீதியும் பதற்றமும் தங்கனைப் பீடிக்க வலிப்பு ஆரம்பமாகிறது.)

குட்டி என்னை மன்னித்துவிடம்மா. உன்னைக் கண்டுபிடிக்கவேண்டும். பாதுகாக்க வேண்டும். கவிதா!

**மென்டோசா:** தங்கன் அமருங்கள்.

(வாக்டி அவரைத் தடுக்க, மென்டோசா மருந்தை ஊசியில் ஏற்றுகிறார். தங்கன் வாக்டியுடன் போராடுகிறான்.)

**தங்கன்:** அவளை விட்டுவிடுங்கள். உங்களை கெஞ்சிக்கேட்கிறேன். நான் என்ன வேண்டுமானாலும் செய்கிறேன்.

(தங்கன் கதறுகிறான். மென்டோசா அக்டிவன் ஊசியைச் செலுத்த அமைதியாகிறான். எனினும் வலிப்பு முடிவடைந்த நிலையில் குழம்பிய மனதுடன் இருக்கிறான்.)

**வாக்டி:** எம்மால் அவரைக் குணப்படுத்த முடியாது. ஒருவேளை இந்தப் பயங்கரங்களிலிருந்தும் இந்தப் பிரமைகளிலிருந்தும் விடுதலையளிக்கலாம். ஒருவேளை.

**மென்டோசா:** அவரின் இழப்புப் பாரியதாய் இருக்குமோ?

**வாக்டி:** தான் எதை இழந்துவிட்டேன் என அவருக்குத் தெரியவருமா?

**மென்டோசா:** சில நினைவுகள் அழிக்கப்பட்டே ஆகவேண்டியவை.

**வாக்டி:** அதை முடிவெடுக்கவேண்டியவர் நீங்களல்ல.

**மென்டோசா:** மூளையில் வளரும் கட்டி இரத்த ஒழுக்கைத் தடைசெய்தால், அது அழுத்தத்தையும் வலியையும் ஏற்படுத்தும். அதை அகற்றி விடுகிறோம். வலியும் போய்விடுகிறது. இதற்கும் அதற்கும் வேறுபாடு எதுவுமில்லை.

**வாக்டி:** மூளைக் கட்டிகள் மீண்டும் வளரும் மென்டோசா.

**மென்டோசா:** ஆம். சில வளர்கின்றன.

**வாக்டி:** அனேகமானவை வளர்கின்றன.

(செவ்வி கவிதாவை அணைத்தவண்ணம் உள்ளே நுழைகிறாள்.)

**கவிதா:** அப்பா? அப்பா என்னை மன்னித்துவிடுங்கள்.

*(தங்கனின் அருகில் செல்கிறாள்.)*

**மென்டோசா:** அவர் ஓய்வெடுக்கிறார். இது உன் தவறில்லை.

**கவிதா:** காவலன். வாருங்கள். இதுதான் நேரம். அப்பா நித்திரைகொள்ளும்வரை அவரைப் பார்த்துக்கொள்ளுங்கள்.

*(சிறிது நேரத்தின் பின்.)*

**தங்கன்:** கவிதா?

**கவிதா:** அவர் இங்கதான் இருந்தவர். இப்ப போயிட்டார். எல்லாம் ஓகே.

**தங்கன்:** நானுமோ?

**கவிதா:** நீங்கள் ஈரமாய் இல்லை. நல்லாத்தான் இருக்கிறீங்கள்.

**தங்கன்:** கவிதா என்ரை தங்கம், நீங்கள் என்னை இழக்கமாட்டீங்களம்மா. நானும் உங்களை இழக்கமாட்டன்.

**கவிதா:** எனக்குப் பயமாய் இருக்கு அப்பா.

**தங்கன்:** எனக்கும் பயமாய்த்தான் இருக்கு.

# SCENE TEN

*THANGAN sits on his hospital bed. The electrodes are gone. He's dressed in street clothes, ready to go home.*

**THANGAN:** Dr. Wagdy.

**WAGDY:** May we have a word?

**THANGAN:** Is there hope?

**WAGDY:** Some. I can offer you a conservative surgery. A partial right temporal lobectomy.

*THANGAN stands.*

**THANGAN:** But this *is* fantastic—

**WAGDY:** It is a treatment, not a cure. Your visual seizures—

**THANGAN:** My son—

**WAGDY:** Will stop. The attacks of fear will stop. The seizures that begin in your left hand—

*WAGDY holds THANGAN's left hand.*

—come from a different place.

*WAGDY touches THANGAN's head over the right frontal lobe.*

# காட்சி பத்து

*(தங்கன் வைத்தியசாலைக் கட்டிலிலே அமர்ந்திருக்கிறான். உடலில் பொருத்தியிருந்த மின்வாய்கள் அகற்றப்பட்டு சாதாரண உடையணிந்து வீட்டுக்குச் செல்ல ஆயத்தமாயிருக்கிறான். வாக்டி உள்ளே நுழைகிறார். உரையாடல் ஆங்கிலத்திலே நடைபெறுகிறது. எனவே எழுத்துநடையிலே அமையப்பெற்றுள்ளது.)*

**தங்கன்:** வணக்கம்.

**வாக்டி:** நாங்கள் ஒரு வார்த்தை பேசலாமா?

**தங்கன்:** நம்பிக்கையிருக்கிறதா?

**வாக்டி:** ஓரளவு. நாங்கள் உங்களுக்கு ஒரு மட்டுப்படுத்தப்பட்ட அறுவைச்சிகிச்சையைச் செய்ய உத்தேசிக்கிறோம். வலது கன்ன மடல்நீக்கச் சிகிச்சை.

*(தங்கன் எழுந்து நிற்கிறான்.)*

**தங்கன்:** இது அற்புதமான செய்தி.

**வாக்டி:** இது ஒரு சிகிச்சைதான். நிவாரணமல்ல. உங்களுடைய காண்பியல் வலிப்புகள் . . .

**தங்கன்:** என் மகன்.

**வாக்டி:** நின்று விடும். உங்கள் பயப்பிராந்திகள் நின்றுவிடும்.

*(வாக்டி தங்கனின் வலதுகையைப் பற்றியவாறு.)*

You'll continue to have those.

**THANGAN:** I will remain an outcast.

**WAGDY:** Even with this limited resection, there are risks . . . of death, or brain damage from hemorrhage or infection. With traumatic lesions the risks are greater.

*Pause.*

There are other small things—a visual field deficit. Your world will always lack the upper left-hand corner—

**THANGAN:** Okay.

**WAGDY:** If I ask you to navigate through a maze—

**THANGAN:** I'll avoid them altogether.

**WAGDY:** This is not a cure.

**THANGAN:** No. It isn't.

*THANGAN regards his left hand.*

Are you married, Doctor?

**WAGDY:** No.

**THANGAN:** Imagine then, that you love a woman but you can never make love to her because at any moment you might contort, drool, or even defecate *in her arms.*

*Beat.*

**WAGDY:** With a larger resection you will lose the use of that hand.

உங்களின் வலதுகையிலிருந்து ஆரம்பிக்கும் வலிப்புகள் வேறொரு இடத்திலிருந்து தோன்றுகின்றன.

*(வலது முன் மடலைத் தொடுகிறார்.)*

அவை உங்களுக்குத் தொடர்ந்தும் இருக்கும்.

**தங்கன்:** நான் தொடர்ந்தும் புறக்கணிக்கப்பட்டவனாகவே இருப்பேன்.

**வாக்டி:** இந்த மட்டுப்படுத்தப்பட்ட அறுவைச்சிகிச்சையிலும் ஆபத்துக்கள் இருக்கிறது. இறப்பு நேரலாம், மூளையில் இரத்தப்போக்கு ஏற்படலாம். நோய்த்தொற்று ஏற்படலாம். உளஅதிர்ச்சிச் சிதைவுகளால் ஆபத்துக்கள் அதிகம்.

இவற்றைவிடவும் சில பாரதூரமற்ற தாக்கங்கள் இருக்கும்—பார்வைப்புலக் குறுகல். உங்களின் உலகின் வலதுமேல் மூலை உங்களுக்கு ஒருபோதும் தெரியாது.

**தங்கன்:** சரி.

**வாக்டி:** உங்களை நான் ஒரு புதிர்நெறிக் கட்டமைப்புக்குள் நுழைந்து வெளிவரச்சொன்னால்

**தங்கன்:** நான் அந்தப் பக்கமே போகமாட்டேன்.

**வாக்டி:** இது நோய்க்கான குணப்படுத்தல் இல்லை.

**தங்கன்:** இல்லை. தெரியும்.

*(தனது வலது கையை நோக்கியவாறு)*

நீங்கள் திருமணமானவரா?

**வாக்டி:** இல்லை.

**தங்கன்:** சரி, நீங்கள் ஒரு பெண்ணை நேசிக்கிறீர்கள் என்று வைத்துக்கொள்ளுங்கள். ஆனால் உங்களால் அவளுடன் ஒருபோதும் உடலுறவு கொள்ளமுடியாது. ஏனெனில், நீங்கள் எந்த நேரத்திலும் உடல் முறுகி, எச்சில் சிந்தி, அவள் அரவணைப்பிலேயே மலங்கழிக்கக்கூட நேரலாம்.

**THANGAN:** It has been badly used. Nothing much left of my nails. Nerves are mostly dead.

**WAGDY:** Nothing will restore it. Nothing.

**THANGAN:** Can you make it numb?

**WAGDY:** No. Not deliberately.

*Pause.*

**THANGAN:** Take it. Take it.

*WAGDY takes THANGAN's hand. He moves his own as if it were a knife tracing a benediction upon THANGAN's skull. It is very intimate.*

**WAGDY:** We make a cut here, peel back the scalp, calvarium, dura, and pia. I will remove your right temporal lobe . . . We will lighten the anaesthetic and electrically stimulate parts of the brain at the margin of the scar. You will become completely conscious during the surgery. You will be asked to move your hand, your leg, to smile. This is done to preserve function in the left face and leg. So that we resect only the lesion—only the hand. It will be unnerving—

**THANGAN:** I am difficult to unnerve.

**WAGDY:** And painful—

**THANGAN:** I have some experience—

**WAGDY:** It will be irrevocable.

Let me give you some advice. Make it clear to everyone. You do this for yourself. Not your children. Not your wife. If there is a complication, they will bear it. Yours is a proud and unruly wound. Hard won. Hard to let go. Are you ready?

**THANGAN:** To become an ordinary man? Yes.

**WAGDY:** Very well. My secretary will contact you with a date.

**வாக்டி:** பாரிய பகுதியை வெட்டியகற்றுவதால் நீங்கள் அந்தக் கையின் பயன்பாட்டை இழந்துவிடுவீர்கள்

**தங்கன்:** அது தவறாகத்தான் பயன்படுத்தப்பட்டுவந்திருக்கிறது. நகங்கள் அனேகமாக மீதமில்லை. நரம்புகள் பெரும்பாலும் செத்துவிட்டன.

**வாக்டி:** அதை மீளச் செயற்படவைக்க முடியாது. ஒருபோதும் முடியாது.

**தங்கன்:** அதை உணர்வற்றுப்போகச்செய்ய உங்களால் முடியுமா?

**வாக்டி:** இல்லை. வலிந்து அப்படிச் செய்யமுடியாது.

**தங்கன்:** எடுத்து விடுங்கள்.

*(வாக்டி தங்கனின் கையைப் பிடிக்கிறார். பிலீர் தனது கையை ஒரு கத்தி போலப் பாவித்து தங்கனின் தலையின்மேல் ஆசீர்வாதம் செய்யும் பாணியில் அசைக்கிறார். மிகவும் வாஞ்சையுடன் அந்த அசைவு அமைகிறது.)*

**வாக்டி:** நாங்கள் இங்கே வெட்டி, தலையுச்சி வட்டத்தையும், மண்டையோட்டின் உச்சியையும், மூளை வன்கவசத்தையும், மூளை மென்கவசத்தையும் உரிப்போம். நான் உங்கள் வலது கன்ன மடலை அகற்றுவேன். நாங்கள் உணர்வகற்றி மருந்தைத் தணித்து, தளும்பின் எல்லையில் உள்ள மூளையின் பகுதிகளை மின்சாரத்தால் தூண்டுவோம். நீங்கள் அறுவைச்சிகிச்சையின்போது முழு நினைவுடையவராக இருப்பீர்கள். உங்கள் கைகளையும் கால்களையும் அசைக்குமாறும், சிரிக்குமாறும் கேட்கப்படுவீர்கள். இது உங்கள் இடது முகத்திலும் காலிலும் செயற்பாட்டை இழக்காமலிருப்பதற்காகச் செய்யப்படுகிறது. இவ்வாறு நாங்கள் சிதைவை மட்டுமே வெட்டியகற்றுவோம். அது கையை மட்டுமே பாதிக்கும். சிகிச்சை மிகவும் அச்சமூட்டுவதாக இருக்கும்.

**தங்கன்.** எனக்கு இலகுவில் அச்சமூட்ட முடியாது.

**வாக்டி:** வேதனைமிகுந்ததாக இருக்கும்.

**தங்கன்:** அதிலே எனக்குக் கொஞ்சம் பட்டறிவு இருக்கிறது.

**வாக்டி:** மீட்டுப்பெறமுடியாத மாற்றமாக இருக்கும். நான் உங்களுக்கு ஒரு அறிவுரை கூறுகிறேன். எல்லோருக்கும் தெளிவுபடுத்துவதற்காக. இதை நீங்கள் உங்களுக்காகத்தான் செய்கிறீர்கள். உங்கள் பிள்ளைகளுக்காக அல்ல. உங்கள் மனைவிக்காக அல்ல. ஏதாவது சிக்கல் ஏற்பட்டால்

WAGDY *turns to exit.*

**THANGAN:** Can I ask . . . Doctor . . . where are you from?

**WAGDY:** I'm homeless, Thangan, not unlike you. My nation has no state.

அதை அவர்கள்தான் தாங்கிக்கொள்வார்கள். உங்களின் காயம் திமிரும் அடங்காத்தன்மையும் கொண்டது. சிரமப்பட்டு அதை அடைந்திருக்கிறீர்கள். அதை விட்டுக்கொடுப்பதும் சிரமம். நீங்கள் தயாரா?

**தங்கன்:** ஒரு சாதாரண மனிதனாக ஆகுவதற்கா? ஆம் தயார்.

**வாக்டி:** மிக்க நன்று. எனது உதவியாளர் சிகிச்சைத் திகதியுடன் உங்களைத் தொடர்பு கொள்வார்.

*(வாக்டி வெளியேறத் திரும்புகிறார்.)*

**தங்கன்:** நீங்கள் எந்த நாட்டைச் சேர்ந்தவர் என நான் கேட்கலாமா?

**வாக்டி:** நான் வீடற்றவன் தங்கன். உங்களைப் போலத்தான். எனது இனத்திற்கு எனவும் ஒரு நாடில்லை.

# SCENE ELEVEN

*The lab. There are rats in cages. The cages contain exercise wheels.*

*We hear the hum of fluorescent lights, the sound of scurrying, water dripping.*

MENDOZA *briskly enters in a white lab coat.*

**MENDOZA:** I thought I might find you here. Have you been working all night?

**KANAN:** There's a lot going on at home.

**MENDOZA:** You know Wagdy's agreed to the surgery?

*Beat.*

**KANAN:** I've got to go.

**MENDOZA:** This *will* change everything.

**KANAN:** No—I've got to go to Sri Lanka. I've got to go to Sri Lanka, to find my brother.

**MENDOZA:** But he's dead—and your father—

**KANAN:** No. He's in the cage.

**MENDOZA:** What cage?

## காட்சி பதினொன்று

*(ஆய்வு கூடம். மின்குழல்களின் இரைச்சல். விரைந்து நடக்கும் பாதங்களின் ஒலி. எங்கோ நீர் ஒழுகும் ஓசை. மெண்டோசா வெள்ளை ஆய்வுகூட மேலாடை அணிந்து வேகமாக உள்நுழைகிறார். கூண்டுகளில் எலிகள் அடைபட்டிருக்கின்றன. கூண்டுகள் உடற்பயிற்சிச் சக்கரங்களைக் கொண்டிருக்கின்றன. உரையாடல் ஆங்கிலத்திலே நடைபெறுகிறது. எனவே எழுத்துநடையிலே அமையப்பெற்றுள்ளது.)*

**மெண்டோசா:** நீ இங்கேதான் இருப்பாய் என நினைத்தேன். இரவு முழுவதும் வேலைசெய்துகொண்டிருந்தாயா?

**கண்ணன்:** வீட்டிலே பல சிக்கல்கள்.

**மெண்டோசா:** வாக்டி அறுவைச் சிகிச்சைக்கு ஒப்புக்கொண்டுவிட்டார் என அறிந்தாயா?

**கண்ணன்:** *(சிறு தாமதத்தின்பின்)* நான் போகவேண்டும்.

**மெண்டோசா:** இது எல்லாவற்றையும் மாற்றிவிடும்.

**கண்ணன்:** இல்லை. இலங்கைக்கு. நான் இலங்கைக்குப் போகவேண்டும். என் சகோதரனைக் கண்டுபிடிப்பதற்காக.

**மெண்டோசா:** அவன் இறந்துவிட்டான். உன் அப்பா . . .

**கண்ணன்:** இல்லை. அவன் கூண்டுக்குள் அடைபட்டுள்ளான்.

**மெண்டோசா:** என்ன கூண்டு?

**KANAN:** A narrow spit of beach, with no food or water. Where a hundred thousand civilians are trapped between the army and the last Tigers. It's a cage. He's in there.

**MENDOZA:** You are serious! Wait a minute. You can't go anywhere now! Your father is about to have surgery. And who—who will run your experiments? You are my first clinician scientist. You have a grant. My God . . .

*KANAN gestures to a pile of paperwork.*

**KANAN:** The protocols—

**MENDOZA:** You have an interim report due next week.

**KANAN:** Done.

**MENDOZA:** The DBA1 manuscript?

**KANAN:** Here . . . I need to tell you something.

**MENDOZA:** Something else?

**KANAN:** About the rats. I have a theory about why they die.

**MENDOZA:** The rats die from respiratory arrest. We startle them. They seize. They arrest. It's a model. Not a mystery.

**KANAN:** At night. I watch them when I can't sleep. His voice—

**MENDOZA:** Are you hearing voices?

**KANAN:** Just one voice. I've always heard Kavalan's voice. It's the . . . substrate of my thoughts. I thought it was part of me. But he's actually alive. Now I know.

**MENDOZA:** You are hearing voices . . .

**KANAN:** I am listening to him, not sleeping. I come here to listen clearly. But he's fading out.

**கண்ணன்:** குடிநீரோ உணவோ அற்ற ஒரு ஒடுங்கிய கடற்கரையோரப் பரப்பு. இராணுவத்திற்கும் எஞ்சியுள்ள புலிகளுக்கும் இடையே ஒரு இலட்சம் மக்கள் அடைபட்டுள்ளார்கள். அது ஒரு கூண்டு. அவன் அங்கே இருக்கிறான்.

**மென்டோசா:** நீ உண்மையாகத்தான் கூறுகிறாய். ஒரு கணம் பொறு. நீ இப்போது எங்கேயும் போக முடியாது. உனது தந்தைக்கு ஒரு அறுவைச்சிகிச்சை நடக்கப்போகிறது. மேலும் யார் உன்னுடைய ஆய்வுகளை நடத்துவார்கள்? நீதான் எனது முதலாவது அறிவியலாய்வுச் சிகிச்சையாளன். உனக்கு அதற்காக மானியம் வழங்கப்பட்டிருக்கிறது. கடவுளே!

**கண்ணன்:** *(ஒரு கட்டுக் கடதாசிகளைக் காட்டி)* ஆய்வு வரைமுறைகள்.

**மென்டோசா:** நீ அடுத்வாரம் ஒரு இடைக்கால அறிக்கையை சமர்ப்பித்தாகவேண்டும்.

**கண்ணன்:** அதை முடித்துவிட்டேன்.

**மென்டோசா:** DBA1 மரபணு மூலவரைவு?

**கண்ணன்:** இதோ! . . . நான் உங்களுக்கு ஒரு விடயம் சொல்லவேண்டும்.

**மென்டோசா:** இன்னொரு விடயமா?

**கண்ணன்:** எலிகளைப் பற்றி. அவை ஏன் இறந்துபோகின்றன என என்னிடம் ஒரு கோட்பாடு உண்டு.

**மென்டோசா:** எலிகள் சுவாசத் தடையால் இறக்கின்றன. நாங்கள் அவற்றைத் திடுக்குறச் செய்கிறோம். அவை வலிப்புக்குள்ளாகின்றன. பின்னர் சுவாசம் தடைப்படுகிறது. இதுவொரு மாதிரியுரு. மர்மமல்ல.

**கண்ணன்:** இரவு நேரங்களில், என்னால் தூங்கமுடியாதபோது அவற்றைப் பார்த்துக்கொண்டிருப்பேன். அவனுடைய குரல்

**மென்டோசா:** உனக்குக் குரல்கள் கேட்கிறதா?

**கண்ணன்:** ஒரேயொரு குரல்தான். எனக்கு எப்போதும் காவலனின் குரல் கேட்கும். எனது எண்ணங்களின் அடிநாதமே அதுதான். அது என்னில் ஒரு பகுதியென்றுதான் எண்ணியிருந்தேன். ஆனால் அவன் உண்மையிலேயே உயிருடன் இருக்கிறான். எனக்கு இப்போது தெரியும்.

**MENDOZA:** What about the rats?

**KANAN:** We have three years of data on three generations. They are genetically identical. Yet between generations, behaviour differs.

**MENDOZA:** With every generation the rats seem to seize earlier and earlier and die younger and younger. You can explain this?

**KANAN:** Yes. So. At night when the older ones seize, the young ones, before it happens, come to them, sniff them, lick them, as if they know. And when the adults seize the young remain beside them throughout the seizures. Even until death. Those same young ones, they seize earlier and die younger than their parents.

**MENDOZA:** How would you test this? Do you suppose that stress hormones kindle . . . or is it a mirror mechanism?

**KANAN:** I can't think it through. I'm just telling you in case—

**MENDOZA:** But this is a new hypothesis, about fear—or is it empathy or grief and epileptogenesis—there are no substantive models for any of these emotional behaviours in rats, let alone humans!

**KANAN:** That is not my question right now.

**MENDOZA:** What is your question?

**KANAN:** *I* can't live in fear anymore.

**MENDOZA:** What are you so afraid of?

**KANAN:** Since we came here I've been afraid. Afraid to know, to ask how he died. Why he died. Why him and not me. All my life. I've been afraid. And do you know what he has been? All his life. Fearless. A Tiger.

**MENDOZA:** How do you know?

**KANAN:** I know.

**மென்டோசா:** உனக்குக் குரல்கள் கேட்கிறது.

**கண்ணன்:** நான் அவன் பேசுவதைக் கேட்டுக்கொண்டிருப்பேன்—தூங்கிக்கொண்டல்ல. தெளிவாகக் கேட்பதற்காகவென்றே இங்கே வருகிறேன். ஆனால் அவன் குரல் மங்கிக்கொண்டு போகிறது.

**மென்டோசா:** எலிகளைப் பற்றி என்ன சொல்ல வந்தாய்?

**கண்ணன்:** மூன்று தலைமுறைகளைப் பற்றிய மூன்று வருடங்களாகச் சேகரித்த தரவுகள் எம்மிடம் உண்டு. மரபணுக்களின் அடிப்படையில் அவை ஒன்றையொன்று ஒத்தவை. ஆனால் அவற்றின் நடத்தைகள் வெவ்வேறானவை.

**மென்டோசா:** ஒவ்வொரு தலைமுறையிலும் எலிகள் முந்தி முந்தியே வலிப்பேற்பட்டு, முன்னைய தலைமுறையைவிட இளமையாகவே இறந்துபோகின்றன. இதை உன்னால் விளக்க முடியுமா?

**கண்ணன்:** ஆம். இரவு நேரங்களிலே வயதில் மூத்த எலிகள் வலிப்புக்குள்ளாகும்போது, அவை வலிப்புக்குள்ளாகும் முன்னரே இளைய எலிகள் அவற்றை அணுகி முகர்ந்துபார்த்து நக்கிப்பார்த்து நடக்கப்போவது தமக்குத் தெரிந்ததுபோல நடந்துகொள்கின்றன. பின்னர், அவை வலிப்புக்குள்ளாகும்போது, அந்த நேரம் பூராகவும் இளம் எலிகள் அவற்றின் அருகிலேயே இருக்கின்றன. இறக்கும் வரைக்கும் இருக்கின்றன. பின்னர் அந்த இளம் எலிகள் தங்கள் பெற்றோரைவிட இளவயதிலேயே வலிப்புக்குட்பட்டு இறந்துபோகின்றன.

**மென்டோசா:** இதை எப்படி உன்னால் சோதித்துப் பார்க்க முடியும்? மனஅழுத்த சுரப்புநீர்கள் இதைத் தூண்டுகின்றன என்று நினைக்கிறாயா அல்லது பிரதிபலிப்பு இயக்குமுறையா?

**கண்ணன்:** என்னால் தெளிவாக சிந்தித்து முடிவுசெய்ய முடியவில்லை. எதற்கும் உங்களுக்குச் சொல்லிவைக்கிறேன்.

**மென்டோசா:** ஆனால் இதுவொரு புதிய கருதுகோள். காக்கை வலிப்பின் தோற்றமும் பயமும் பற்றிய—அல்லது பச்சாதாபமும் பற்றியதா? கழிவிரக்கமும் பற்றியதா? இந்த மனஉணர்வுகளை விளக்கும் விரிவான மாதிரியுருக்கள் எதுவும் எலிகளுக்கே இல்லை. மனிதர் பற்றிச் சொல்லவே தேவையில்லை.

**கண்ணன்:** என்னுடைய கேள்வி இப்போது அதுவல்ல.

**மென்டோசா:** என்ன? என்னதான் உன்னுடைய கேள்வி.

MENDOZA: Because you hear him. Okay, let's posit that, one, he is alive and, two, you can find him. Then what will you do?

KANAN: I'll talk to him.

MENDOZA: And what do you think he will say?

*Pause.*

I mean it. Listen. I do understand. Far better than you think. My father was a political prisoner in Chile. He escaped and we came here. But he went mad, lived on a psych ward with his ghosts. Interrogated them night and day. He never got any answers. I never got any answers. He hung himself with a sheet. Kanan, if you lock horns with ghosts, they'll drag you to hell.

KANAN: Kavalan is not a ghost.

MENDOZA: This place is a sanctuary. Of the real. Cause and effect. You and I. We are safe here. Come on . . . you're on the verge of a big discovery—a break-through—do emotions kindle the seizures? Could that be the reason? You can't walk away from this—

Kanan, how, how can you leave your father now?

KANAN: Don't you think he'll get better?

MENDOZA: Not without the surgery.

KANAN: Will it work?

MENDOZA: Wagdy doesn't know.

KANAN: I can't bear to watch.

MENDOZA: But this was your idea. You set this wheel in motion.

*KANAN opens a cage, but the rat inside doesn't budge.*

**கண்ணன்:** என்னால் இனிமேலும் பயத்துடன் வாழமுடியாது.

**மென்டோசா:** நீ எதைப்பற்றி இவ்வளவு பயப்படுகிறாய்?

**கண்ணன்:** நாங்கள் இங்குவந்த காலம்முதல் பயந்தே இருந்திருக்கிறேன். அறிந்து கொள்வதற்குப் பயம். அவன் எப்படி இறந்தான் என்று கேட்பதற்குப் பயம். ஏன் இறந்தான்? ஏன் அவன் இறந்தான் நான் இறக்கவில்லை. எனது வாழ்நாள் முழுவதுமே நான் பயந்தே இருந்திருக்கிறேன். இந்த நேரத்தில் அவன் என்னவாக இருந்தான் தெரியுமா? அவன் வாழ்நாள் முழுவதும் ஒரு புலியாக இருந்தான்.

**மென்டோசா:** உனக்கு எப்படித் தெரியும்.

**கண்ணன்:** எனக்குத் தெரியும்.

**மென்டோசா:** ஏனென்றால் உனக்கு அவன் குரல் கேட்கிறது. சரி. அது உண்மையென்றே வைத்துக்கொள்வோம். முதலாவதாக அவன் உயிரோடிருக்கிறான். இரண்டாவதாக அவனை உன்னால் கண்டுபிடிக்கமுடியும். சரி. அடுத்து என்ன செய்வாய்?

**கண்ணன்:** அவனுடன் பேசுவேன்.

**மென்டோசா:** அவன் என்ன சொல்வான் என நினைக்கிறாய்?

*(சற்று இடைவெளி விட்டு)*

நான் உண்மையாகத்தான் கேட்கிறேன். சொல்வதைக் கேள். எனக்கு உண்மையிலேயே விளங்குகிறது. நீ நினைப்பதற்கு மேலாகவே எனக்கு விளங்குகிறது. எனது தந்தை சிலியிலே ஒரு அரசியல் கைதியாக இருந்தார். அவர் தப்பித்தபோது நாங்கள் இங்கே வந்தோம். ஆனால் அவருக்குப் பைத்தியம் பிடித்துவிட்டது. தனது பிசாசுகளுடன் ஒரு மனநல மருத்துவமனையிலே தங்கியிருந்தார். அந்தப் பிசாசுகளை இரவும் பகலும் விசாரணை செய்தார். அவருக்கு ஒருபோதும் எந்தப் பதிலும் கிடைக்கவில்லை. எனக்கும் எப்போதும் எந்தப் பதிலும் கிடைக்கவில்லை. ஒரு போர்வையால் தனக்குத்தானே தூக்கிட்டுக் கொண்டார். கண்ணன்! நீ பிசாசுகளுடன் பொருத நினைத்தால் அவை உன்னை நரகத்திற்கு இழுத்துச் சென்றுவிடும்.

**கண்ணன்:** காவலன் ஒரு பிசாசல்ல.

**மென்டோசா:** இந்த இடம் ஒரு அமைதியான புகலிடம். உண்மையானது. மூலகாரணமும் விளைவும். நீயும் நானும். நாங்கள் இங்கே பாதுகாப்பாக

உள்ளோம். நீ பாரியதொரு கண்டுபிடிப்பைச் செய்யும் தருணத்தில் உள்ளாய். மிகப்பெரியதொரு முன்னேற்றம். மன உணர்வுகள் வலிப்பைத் தோற்றுவிக்குமா? அதுதான் காரணமாக இருக்குமா? நீ இதைக் கைவிட்டுவிட்டுச் செல்ல முடியாது. கண்ணன், உன்னால் எப்படி இந்த நேரத்தில் உன் தந்தையை விட்டுவிட்டுச் செல்ல முடியும்?

**கண்ணன்:** அவரின் நிலமையில் முன்னேற்றமேற்படும் என நீங்கள் நினைக்கவில்லையா?

**மென்டோசா:** அறுவைச் சிகிச்சையில்லாமல் முன்னேறாது.

**கண்ணன்:** அது வேலை செய்யுமா?

**மென்டோசா:** வாக்டிக்குச் சொல்லத் தெரியவில்லை.

**கண்ணன்:** என்னால் பார்த்துக்கொண்டிருக்கச் சகிக்காது.

**மென்டோசா:** ஆனால் இது உன்னுடைய திட்டந்தானே. இந்தச் சக்கரத்தை இயக்கிவிட்டவன் நீதானே.

*(கண்ணன் கூண்டைத் திறக்கிறான். ஆனால் எலிகள் அசையவில்லை.)*

# SCENE TWELVE

*Night.*

*A liminal dream space. Voices overlap, actions are implied.*

*THANGAN sleeps restlessly. SEVI watches him. KAVITHA sits up, holding the salangai. A ray of moonlight hits them. KANAN is reciting his mantra.*

**KAVITHA:** *(whispers hesitantly)* Tha thai thaka thai thai tha . . . a dancer must have a drummer . . . Kavalan, annan, drum . . . Tha thai thaka thai thai tha . . .

*KAVITHA drops the salangai. Exits.*

**KANAN:** *(quickly, a mantra now)* Hippocampus to mammillary bodies to the thalamus, cingulate cortex, entorhinal cortex, subiculum, hippocampus. Hippocampus again. Hippocampus—

*He repeats it again, faster . . .*

. . . the hub of the wheel. Chakra. Memory, destiny. The circuit. Luminous. Still. It burns. We'll break free . . . London, Doha, Colombo, Kilinochi. The jungle. Keep your shoulder to the wheel. Hold it. Just a little longer. I am the feather. We will shatter it.

*KANAN exits.*

**THANGAN:** Kavalan, Kavalan!

# காட்சி பன்னிரண்டு

*(இரவு. காட்சிப்படுத்தலில் இது முதலாம் காட்சியை ஒத்திருக்கவேண்டும். தங்கன் அமைதியற்றுத் தூங்குகிறான். செவ்வி அவனைப் பார்த்துக்கொண்டிருக்கிறாள். கவிதா எழுந்திருந்து ஓசையெழுப்பாமல் சலங்கைகளைக் காலில் அணிந்துகொள்கிறாள். சந்திர ஒளிக்கீற்றொன்று அவர்கள்மேல் வீழ்கிறது. கண்ணன் மனனம் செய்துகொண்டிருக்கிறான். முதலாம் காட்சியைப்போலவே இங்கும் எல்லோரின் அசைவுகளும் ஒரே நேரத்தில் நிகழலாம்.)*

**கவிதா:** *(தயக்கத்துடன் கிசுகிசுக்கிறாள்)* தா தை தக்க தை தை தா. ।ான்சருக்கு ட்றம் தேவை . . . காவலன், அண்ணன், ட்றம் பண்ணுங்கோ . . . தா தை தக்க தை தை தா.

*(தொடர்கிறாள்).*

**கண்ணன்:** *(வேகமாக, மந்திரம் சொல்வதுபோல)* Hippocampus to mammillary bodies to the thalamus, cingulate cortex, entorhinal cortex, subiculum, hippocampus. Hippocampus again. Hippocampus—

*(முன்னரைவிட வேகமாக மீண்டும் சொல்லப்படலாம்.)*

சில்லின் குடம். சக்கரம். நினைவு. விதி. முழுச்சுற்று. ஒளிமயமாக. அசையாது. அது எரிகிறது. நாங்கள் உடைத்து வெளியேறுவோம் . . . லண்டன், டோகா, கொழும்பு, கிளிநொச்சி. காடு. உங்கள் தோழால் சக்கரத்தைத் தள்ளுங்கள் அண்ணா. அசையவிடாது பிடித்திருங்கள். இன்னும் கொஞ்சநேரந்தான். நான்தான் மயிலிறகு. நாங்கள் சக்கரத்தைத் தகர்த்துவிடுவோம்.

*(ஒரு மேளத்தின் ஒலி கேட்கிறது.)*

**தங்கன்:** காவலன், காவலன்.

*As he cries out,* SEVI *rises towards the moonlight, moving as if to a drumbeat . . . She does not heed* THANGAN *as he cries out and begins to seize. She sees the salangai and picks them up, but does not put them on. She exits.*

THANGAN *continues to seize for about half a minute minute. He then falls still, remaining unconscious.*

*After the seizure,* THANGAN *lies in a pool of urine. His pants are soiled. Breathing heavily, slowly, deeply sedated. He wakes up very slowly, taking a great deal of time. He realizes he is wet, his hands soiled as he supports himself up to a seated position, in his own urine.*

THANGAN *is alone.*

Kavalan? Kavalan . . .
I'll bear any pain.
Stay. Please . . .
Stay.

You cry.
. . . alone . . .
. . . and the world goes on . . .
. . . still . . .
You cry out . . .

I've lost . . . you
. . . Am *I* lost.
. . . lost.

Kavalan, you will not see me again this way.
My life, my son, myself,
Whom I could not protect.
No one will see me again. This way.

I submit this broken flesh to the knife,
That will carve out of me a smaller, new life.
Forgive me, Kavalan. Always, I will love you.

I release you.
Poyitu vaaran . . . mahan. *[Goodbye . . . son.]*

(தங்கன் கதறிக் கொண்டிருக்க, செவ்வி எழுந்து, ஒரு மேளத்தின் தாளத்திற்கு அசைவதுபோலச் சந்திர ஒளியை நோக்கி நகர்கிறாள். தங்கன் கதறிப் பின்னர் வலிப்புக்கு உள்ளாவதை அவள் கவனிக்கவில்லை.)

(தங்கன் தொடர்ந்து அரை நிமிடங்களளவு வலிப்பிற்குள்ளாகி, பின்னர் அசையாது நினைவிழந்து கிடக்கிறான்.)

(வலிப்பின் பின் தங்கன் சிறுநீரில் தோய்ந்துபோய் இருக்கிறான். அவனின் உடைகளை சிறுநீர் அழுக்காக்கியுள்ளது. மந்தகதியிலும் ஆழமாகவும் மூச்செடுத்தவண்ணம் அவன் மிக மெதுவாக எழுந்திருக்கிறான்—இந்த அசைவுக்குப் போதிய நேரம் எடுத்துக்கொள்ள வேண்டும். தன்னைத்தாங்கக் கையை ஊன்றும்போது கை நனைவதிலிருந்து தான் ஈரமாய் இருப்பதை உணர்ந்தாலும் மெதுவாக நிமிர்ந்து தனது சிறுநீருக்குள்ளேயே இருக்கிறான். ஏனைய பாத்திரங்கள் கவனிக்கப்படாத வகையில் மேடையைவிட்டு வெளியேற வேண்டும்.)

**தங்கன்**: காவலன்? காவலன் . . .
நான் எந்த வலியையும் தாங்குவன்.
நில். தயவுசெய்து.
நில்.

நீ அழுகிறாய் . . .
தனியாக.
. . . ஆனா உலகம் தன்ரைபாட்டில இயங்குது . . .
இருந்தாலும்
நீ கதறி அழுகிறாய்.

நான் இழந்திட்டன் . . . உன்னை.
நான் என்னை இழந்திட்டனா’
நான் என்னை இழந்திட்டன்.

காவலன், நீ என்னை இந்த நிலைமையில இன்னொருதரம் பார்க்கமாட்டாய்.
என்ரை உயிரை, என்ரை மகனை, என்னை
என்னால காப்பத்த முடியேல்லை.
என்னை ஒருத்தரும் இனிப் பாக்கமாட்டினம். இந்த நிலைமையில
பாக்கமாட்டினம்.

நான் இந்தச் சிதைஞ்சுபோன உடம்பைக் கத்திக்குக் காணிக்கையாக் குடுக்கிறன்.

*He sheds the soiled garments and uses his shirt to clean his hands and legs. He risees in his underclothing with real dignity and walks out erect.*

*End of Act One.*

அது என்னிலையிருந்து ஒரு புது வாழ்க்கையை, இப்ப உள்ளதைவிட எளிமையான வாழ்க்கையை வெட்டி எடுக்கும்.
என்னை மன்னிச்சுக்கொள் காவலன். நான் உன்னை எப்பவுமே நேசிப்பன்.

நான் உன்னை விட்டுவிடுதலையாக்கிறன்.

போயிற்று வாறன் மகன்.

*(தங்கன் தன் அழுக்கான உடைகளைக் களைந்து, தனது மேற்சட்டையால் தன் கைகளையும் கால்களையும் சுத்தம் செய்கிறான். தனது உள்ளாடைகளுடன் தன்மானத்துடன் எழுந்து நிற்கிறான். நிமிர்ந்த நடையுடன் வெளியேறுகிறான்.)*

*(அங்கம் ஒன்று முற்றும்.)*

# ACT TWO

# SCENE ONE

*The living room.* SEVI *is watching news reports of the Tamil civilians trapped in the* "Cage."

KAVITHA *enters wearing the salangai. She makes a noise.*

SEVI *turns off the* TV.

**KAVITHA:** I want you to teach me.

**SEVI:** Give me the salangai.

*Beat.*

Let's do this properly, Kavi.

KAVITHA *gives them to* SEVI.

Close your eyes.

KAVITHA *does so.*

SEVI *adorns* KAVITHA *magically, as if she can conjure all that* KAVITHA *needs:*

A garland of jasmine flowers, and flowers in your hair.

We begin with a salutation.

KAVITHA *knows she should imitate* SEVI's *actions.*

# அங்கம் இரண்டு

## காட்சி ஒன்று

*(வீட்டின் பொதுக்கூடம். தமிழ்ப் பொதுமக்கள் வன்னியில் கூண்டுக்குள் அடைபட்டிருப்பது பற்றிய செய்தியை செவ்வி பார்த்துக்கொண்டு இருக்கிறாள். சலங்கைகளை அணிந்தவளாக கவிதா உள்நுழைகிறாள். அவள் ஓசைகள் எழுப்புகிறாள்.)*

*(செவ்வி தொலைக்காட்சியை அணைத்துவிடுகிறாள்.)*

**கவிதா:** நீங்கள் எனக்குச் சொல்லித்தரவேணும்.

**செவ்வி:** சலங்கையைத் தாம்மா. *(தாமதம்)* நாங்கள் முறையாகச் செய்யவேணும் கவி.

*(கவிதா சலங்கைகளை செவ்வியிடம் கொடுக்கிறாள்.)*

கண்ணை மூடுங்கோ.

*(கவிதா கண்களை மூடுகிறாள். செவ்வி பாவனைகளால் மந்திரம்போல—கவிதாவிற்கு ஏதேதெல்லாம் தேவை என உணர்ந்தவள்போல—கவிதாவை அலங்கரிக்கிறாள்.)*

மல்லிகையால் ஒரு மாலை. கூந்தலிலே மலர்கள்.

நாங்கள் வணக்கத்தோடை தொடங்கிறம்.

*(தான் செவ்வியின் செயல்களைப் பின்பற்றிச் செய்யவேண்டும் எனக் கவிதாவிற்குத் தெரியும்.)*

எங்கள் ஒவ்வொருத்தரிலும் இருக்கிற இறைவனுக்கு.

To the divine in each other.

*SEVI moves her hands in namaste above her head.*

To the guru—in each other.

*She moves her hands in namaste on her forehead.*

To all beings.

*She moves her hands in namaste over her heart.*

Take this, Kavitha.

*SEVI gives KAVITHA a small votive oil lamp and lights it. SEVI steps back and sounds a small golden chime. KAVITHA is still holding the votive light. SEVI takes KAVITHA's hands in hers and moves the lamp in a circle around them.*

*SEVI chants:*

Angikam bhuvanam yasya
Vachikam sarva vangmayam
Aaharyam chandra taradi
Tam vande satvikam shivam

**KAVITHA:** Amma?

**SEVI:** A prayer for us, Kavitha. It means:

We bow to him, the benevolent One
Whose limbs are the world
Whose song and poetry are the essence of all language
Whose costume is the moon and the stars . . .

Now tie this around your waist.

*SEVI gives KAVITHA her own shawl.*

**KAVITHA:** Like this?

*(கைகளைத் தலைமேல் கூப்பியவண்ணம்.)*

எங்கள் ஒவ்வொருத்தரிலும் உள்ள குருவுக்கு.

*(நெற்றியின் முன் கைகளைக் கூப்பியவண்ணம்.)*

எல்லா உயிர்களுக்கும்.

*(கையை நெஞ்சின்முன் கூப்பிய வண்ணம்.)*

கவிதா இதைப் பிடியுங்கோ.

*(செவ்வி சிறு நெய்விளக்கைக் கையில் கொடுத்து அதை ஏற்றுகிறாள். பின்னர் சில அடி பின்சென்று, தாளத்தைத் தட்டுகிறாள். கவி விளக்கை ஏந்தியவாறு அசையாது நிற்கிறாள். செவ்வி கவிதாவின் கையைத் தன்கையால் பற்றி விளக்கால் தம்மிருவரையும் சுற்றி ஒரு வட்டமிடுகிறாள். பின்னர் மந்திரம் சொல்கிறாள்.)*

அங்கிகம் புவனம் யாஸ்ய
வாச்சிகம் சர்வ வாங்மயம்
ஆகார்யம் சந்ர தராதி
தூம் வந்தே சாத்வீகம் சிவம்

**கவிதா:** அம்மா?

**செவ்வி:** எங்களுக்காக ஒரு ஸ்லோகம் கவிதா. அதின்ரை கருத்து
காருண்யமுள்ள அவனை நாங்கள் வணங்குகிறோம்
அவன்ரை கைகால்கள்தான் உலகம்
அவன்ரை பாட்டும் கவிதையுந்தான் உலகத்தில இருக்கிற எல்லா
மொழிகளுக்கும் மூலம்
அவன்ரை உடைகள்தான் நிலவும் நட்சத்திரங்களும்

*(செவ்வி வெளியே சென்று ஒரு துடைப்பத்தை எடுத்துக்கொண்டு திரும்புகிறாள்.)*

இந்தா, இதை இடுப்பில கட்டுங்கோ.

*(கவிதாவிடம் ஒரு சால்வையைக் கொடுக்கிறாள்.)*

**கவிதா:** இப்பிடியா?

**SEVI:** There.

*SEVI fixes it.*

This cord protects your internal organs. It connects you to me. As your guru, I vow to protect you.

The dancer's feet move with the universe unfolding. She is the interpreter of destiny.

Now follow my steps—Thai ya thai thai thai . . .

*SEVI repeats and KAVITHA mimics her steps.*

Thai ya thai thai thai . . . Thai ya thai . . . Strike the ground with your heel. The earth is your drum. Thai ya thai thai . . .

**KAVITHA:** Thai ya thai . . . Thai ya thai . . . Thai ya thai . . . Thai ya thai . . . Thai ya thai . . . Thai ya thai . . . Thai ya . . .

*KAVITHA continues the talum. In her excitement she accelerates and SEVI grounds her gently.*

**SEVI:** Thai ya thai . . .

*SEVI repeats the talum as needed.*

. . . The rhythm is eternal, steady, a heartbeat.

**KAVITHA:** Thai ya thai . . . Thai ya thai . . . Thai ya thai . . . Thai ya thai . . . Thai ya thai . . . Thai ya thai . . .

*KAVITHA dances with increasing determination and speed—but ever steadier.*

**SEVI:** Yes. Forever. Nataraja, the dancer, holds the drum of creation in his right hand—

*SEVI assumes the pose of Nataraja.*

**செவ்வி:** *(அதைத் திருத்தி விட்டு)* இப்பிடி. இந்தப் பட்டி உங்கடை உடம்புக்குள்ளை இருக்கிற உறுப்புகளைப் பாதுகாக்கும். அது உங்களை என்னோடை இணைக்குது. நான் உங்கட குரு எண்டிற முறையில, உங்களை எப்போதும் பாதுகாப்பன் எண்டு சத்தியம் பண்ணுறன்.

*(துடைப்பத்தைத் தரைக்குச் சமாந்தரமாகக் கவிதாவின்முன்னால் பிடிக்கிறாள்.)*

பிரபஞ்சம் அவிழ்ந்து விரியிறதுக்கு ஏற்றாப்போல டான்சருண்ட பாதம் அசையவேணும். அவள்தான் ஊழியை டெஸ்ரினியை தெளிவாக விளங்கப்படுத்தக் கூடியவள்.

இப்ப என்னை மாதிரிச் செய்யுங்கோ—தையா தை *(செவ்வி மீண்டும் மீண்டும் செய்ய, கவிதாவும் அவள்போலச் செய்கிறாள்)* தையா தை தையா தை. குதிக்காலால நிலத்தில மிதிக்கவேணும். பூமிதான் உங்கட மேளம். தையா தை தை . . .

**கவிதா:** தையா தை தையா தை தையா தை தையா தை. தையா தை தையா.

*(கவிதா தாளத்தைத் தொடர்கிறாள் ஆனால் பரபரப்புடன் வேகத்தைக் கூட்டுகிறாள்.)*

**செவ்வி:** *(அவளின் வேகத்தைக் கட்டுப்படுத்தி)* தையா தை *(தாளத்தை மீண்டும் மீண்டும் சொல்கிறாள்)* லயம் ரிதம் நித்தியமானது. மாறாத இதயத்துடிப்புப்போல.

**கவிதா:** தையா தை தையா தை தையா தை தையா தை தையா தை தையா தை.

*(பிடிவாதமாக வேகத்தைக் கூட்டியவாறு ஆனால் நேர்த்தியாக.)*

**செவ்வி:** அதுதான். நித்தியத்திற்கும் முடிவில்லாமல். ஆடற்கடவுள் நடராஜர் தன்ரை வலது கையில படைத்தலுக்கான உடுக்கை வைச்சிருக்கிறார் *(நடராசர்போல பாவனைசெய்து காட்டுகிறாள்)* இடதுகையில அதைச் சமன் செய்ய நெருப்பை வைச்சிருக்கிறார். நெருப்பு பழையதுகளையும் பயன் முடிஞ்சுபோனதுகளையும் எரிச்சு அழிச்சுவிடும். இன்னொரு வலதுகை எதிரெதிர்த் துருவங்களின்றை நடனத்தையும் நடனமாந்தரையும் ஆசீர்வதிக்கும். இந்த மற்ற இடதுகை முயலகன் எண்ட அரக்கனை மிதிச்சு நசுக்கிக்கொண்டிருக்கிற காலைக் குறிகாட்டும்.

—balanced by fire in his left hand—fire that consumes what is old, whose purpose is fulfilled. This right hand blesses the dance of opposites and blesses the dancer. This left hand points at his mighty foot that crushes Muyalakan the demon beneath it.

KAVITHA: . . . Thai ya thai Thai ya thai . . .

Can I make whatever I want—with the drum of creation?

SEVI: No. You cannot create time or action. Only meaning.

KAVITHA: Thai ya thai . . .

KAVITHA *continues to accelerate, and becomes more wilful.*

SEVI: We don't control destiny—we embody it . . . accept it.

KAVITHA: Thai ya thai . . . Thai ya thai . . .

SEVI: *Observe* your emotions . . . move, unmoved . . . Thai ya thai . . . Thai—

KAVITHA: . . . Thai ya thai . . . Thai ya thai . . .

KAVITHA *moves faster, stamping as if to crush the demon beneath her foot.*

SEVI: Let it be— Thai ya thai . . . Thai ya thai . . .

*They speak and dance in unison until* KAVITHA *begins to break away from* SEVI'S *rhythm.*

KAVITHA: Thai ya thai . . .Thai ya thai . . .

Thai ya thai . . .Thai ya thai . . .Thai ya thai . . .

(*recklessly*) Thai ya thai . . .Thai ya thai . . .Thai ya thai—Nataraja, I'll dance for you. I'll dance . . . I am Nataraja . . .

KAVITHA *dances in circles.*

SEVI *struggles to control the rhythm but cannot* . . .

**கவிதா**: தையா தை தையா தை. படைக்கிற உடுக்கால நான் என்னத்தை வேணுமென்டாலும் கிறியேற் பண்ணலாமா?

**செவ்வி**: இல்லை. காலத்தையும் செயல்களையும் உருவாக்க முடியாது. கருத்தை மட்டுந்தான் உருவாக்கலாம்.

**கவிதா**: தையா தை.

*(கவிதா வலிந்து வேகத்தைக் கூட்டியவாறு.)*

**செவ்வி**: ஊழியை விதியை நாங்கள் கட்டுப்படுத்திறதில்லை. நாங்கள் அதுக்கு உருக்கொடுத்து அதை ஏற்றுக்கொள்ளுறம்.

**கவிதா**: தையா தை தையா தை.

**செவ்வி**: உணர்ச்சிகளைக் கவனி. அசையாமல் ஆடு. தையா தை.

**கவிதா**: தையா தை தையா தை.

*(கவிதா வேகவேகமாக ஆடுகிறாள். தன் காலின்கீழுள்ள அரக்கனை நொருக்குபவள்போல் காலை நிலத்தில் குத்துகிறாள்.)*

**செவ்வி**: இயல்பாய் ஆடம்மா. தையா தை தையா தை.

*(முதலில் கவிதாவும் செவ்வியும் ஒருங்கிணைந்து சொன்னாலும் பின்னர் கவிதா செவ்வியின் தாளத்திலிருந்து விடுபட்டு வேகவேகமாகச் சொல்கிறாள்.)*

**கவிதா**: தையா தை தையா தை.

தையா தை தையா தை தையா தை *(முரட்டுத்தனமாக)* தையா தை தையா தை தையா தை நா ராஜா நான் உனக்கு டான்ஸ் ஆடுவன். நான் டான்ஸ் ஆடுவன். நான்தான் நடராஜா!

*(வட்டமாகச் சுற்றிச் சுற்றி ஆடுகிறாள். செவ்வி தாளத்தைக் கட்டுப்படுத்த முயன்று தோற்றுப்போகிறாள்.)*

சாவடா முயலகா சா! சாவடா சா!

**செவ்வி**: நிப்பாட்டு.

Die, Muyalakan, die! die! die!

**SEVI:** Stop!

*SEVI grabs KAVITHA, who swings to a standstill.*

Muyalakan is also a teacher. My teacher.

**KAVITHA:** It *is* your fault.

**SEVI:** What do you mean?

**KAVITHA:** He's just trying to make you stay!

**SEVI:** I'm not going anywhere.

**KAVITHA:** You're lying.

**SEVI:** What?

**KAVITHA:** Do you even love Appa?

*Beat.*

Do you love him?

**SEVI:** Kutti—

**KAVITHA:** Do you love him?

*Beat.*

**SEVI:** I can't hear the drum. I can't hear it.

*Beat.*

**KAVITHA:** Listen to this, Amma. Thai ya thai . . . Thai ya thai . . .

*KAVITHA begins to dance again, this time exactly as she was taught.*

*(கவிதாவின் கைகளிலிருந்து துடைப்பத்தைப் பிடுங்குகிறாள். கவிதா ஆடியபடியே ஓய்வுக்கு வருகிறாள்.)*

முயலகனும் ஒரு குருதான். என்ரை குரு.

**கவிதா:** இது உங்கட பிழைதான்.

**செவ்வி:** என்ன சொல்லுறாய்?

**கவிதா:** நீங்கள் விட்டுட்டுப்போகாம இருக்கத்தான் அவர் இப்பிடிச் செய்யிறார்.

**செவ்வி:** நான் ஒரிடமும் போகேல்லை.

**கவிதா:** பொய் சொல்லுறீங்கள்.

**செவ்வி:** என்ன?

**கவிதா:** டூ யூ ஈவிண் லவ் அப்பா? *(செவ்வி அமைதி காக்க)* நீங்கள் அவரை நேசிக்கிறீங்களா?

**செவ்வி:** குட்டி.

**கவிதா:** டூ யூ லவ் ஹிம்?

**செவ்வி:** *(செவ்வி சிறு அமைதியின் பின்)* என்னால தாளத்தைக் கேட்க முடியேல்லை. எனக்கு அது கேட்கேல்லை.

*(மீண்டும் அமைதியாகிறாள்.)*

**கவிதா:** இதைக் கேளுங்கோ அம்மா. தையா தை தையா தை.

*(கவிதா மீண்டும் நடனமாடுகிறாள். இம்முறை சொல்லிக் கொடுத்ததுபோலவே ஆடுகிறாள்.)*

கேட்குதா?

*(செவ்வி அவளுடன் ஒருமித்து ஆட ஆரம்பிக்கிறாள். பின்னர் நிறுத்தி கவிதாவிலிருந்து விலகிச் சென்று தனக்குத்தானே பேசுவதுபோல கூறுகிறாள்.)*

**செவ்வி:** எனக்குத் தெரியேல்லை.

Hear it?

*SEVI starts to move in unison and then stops, moves away, talking more to herself.*

**SEVI:** I don't know . . .

*KAVITHA touches and kisses SEVI's hands and feet as if she were blessing them.*

**KAVITHA:** Come on . . .

*SEVI does not respond.*

Dance, Amma, dance.

*She can't.*

**SEVI:** When you were born, with your tiny feet, you kicked your way up my belly. I felt in your heart the rhythm in *my* heart. I wanted to pick you up in my arms and dance and dance. I wanted . . .

*KAVITHA starts to dance again, quietly—more introverted, more deliberate, more controlled.*

Leave the demon, Kavi. He is not yours to destroy. You can't do it. I can't do it. Appa must do it. You must let him. Okay?

**KAVITHA:** Okay.

*Lights fade.*

*(கவிதா செவ்வியின் கைகளையும் பாதத்தையும் தொட்டு முத்தமிடுகிறாள். அவளின் பாவனை அவற்றை ஆசீர்வதிப்பதுபோல உள்ளது.)*

**கவிதா:** கமோண்!

*(செவ்வி அசையவில்லை.)*

டான்சாடுங்கோ அம்மா டான்ஸ்.

*(செவ்வியால் முடியவில்லை.)*

**செவ்வி:** நீ உன்ரை சின்னப் பாதங்களோட பிறந்தபொழுது, காலாலை உதைஞ்சுகொண்டுதான் வயித்துக்குள்ள இருந்து வந்தனி. உன்ரை இதயத்தில என்ரை இதயத்தின்ர தாளத்தை என்னால உணரக்கூடியதாயிருந்தது. உன்னை என்ரை கைகளில அள்ளி எடுத்துக்கொண்டு தொடர்ந்து நடனமாடவேணும்போல இருந்தது. எனக்கு . . .

*(கவிதா மீண்டும் அமைதியாக நடனமாட ஆரம்பிக்கிறாள். இம்முறை அடக்கத்துடனும் கட்டுப்பாட்டுடனும் ஆடுகிறாள்.)*

அந்த அரக்கனைச் சும்மா விடம்மா. அவனை அழிக்கவேண்டியது நீயில்லை. உன்னால முடியாது. என்னால முடியாது. அப்பாதான் அதைச் செய்யவேணும். நீ அவரைச் செய்யவிடவேணும். ஓகேயா?

**கவிதா:** ஓகே.

*(ஒளி மங்குகிறது.)*

## SCENE TWO

*The sound of rain.* SEVI *waits.* KANAN *enters.*

**SEVI:** Where have you been?

**KANAN:** Out.

**SEVI:** Looking for a stranger who knows your face? In a city of millions.

**KANAN:** Yes.

*Beat.*

Tell me what happened to him. All I remember is rain.

**SEVI:** Rain that beats the earth till it bleeds.

**KANAN:** Rain and red earth.

**SEVI:** That was the last day. There was a moment of stillness. The rains stopped and we flung open the doors, hung our clothes to dry. The two of you tore about between the saris like little goats. The heavens filled with the frenzy of birds, frogs, and insects feeding, flying, repelling the clouds with their songs.

Kavalan stopped under the mango tree. He wanted to watch the raindrops return to the sky off the surface of her waxy leaves. I thought he would be our scientist.

And you, feet in the water, face to the sun, said, "I'm dancing, Amma!" You spun around and around, dancing up to heaven like a drop of rain. You were our poet. You had an oracle in your heart.

## காட்சி இரண்டு

*(மழைபொழியும் ஓசை. செவ்வி காத்திருக்க கண்ணன் உள்ளே நுழைகிறான்.)*

**செவ்வி:** எங்கை போயிற்று வாறாய் மகன்?

**கண்ணன்:** வெளியில.

**செவ்வி:** ஒரு கோடி ஆக்கள் இருக்கிற இந்த ஊரில, உன்றை முகத்தைத்தெரிஞ்ச அந்த ஒரு ஆளைத் தேடியலையிறியே?

**கண்ணன்:** ஓம். *(சற்று அமைதியாகி பின்)* அவருக்கு என்ன நடந்ததெண்டு சொல்லுங்கோ. எனக்கு மழை மட்டுந்தான் நினைவிருக்கு.

**செவ்வி:** மண்ணிலயிருந்து இரத்தம் வர மட்டும் மழை சோவெண்டு அடிச்சுது.

**கண்ணன்:** மழையும் செம்மண்ணும்.

**செவ்வி:** ஆனால் அதுவொரு அமைதியான தருணமாயும் இருந்தது. மழை நிண்டவுடன நாங்கள் கதவைத் திறந்துகொண்டு ஓடிப்போய் உடுப்புகளைக் காயப்போட்ட தருணம். நீங்கள் இரண்டுபேரும் ஆட்டுக்குட்டிகள் மாதிரிக் கொடியில தொங்குகிற உடுப்புகளுக்குள்ளால ஓடித்திரிஞ்சனீங்கள். வானம் முழுதும் பறவைக்கூட்டங்கள் சீறிப்பறக்குது. தவளைகளும் வண்டுகளும் கீக்சிட்டுக்கொண்டு தங்களை பாட்டால மேகத்தைக் கலைக்கப் பாக்குதுகள்.

காவலன் மாமரத்திற்குக் கீழ நிண்டான். மாவின்ர மெழுகுவார்த்த இலையில இருந்து மழைத்துளிகள் திருப்பியும் வானத்துக்குப்போறதைப் பார்க்கவேணுமாம். நிருபிச்சுக் காட்டுங்கோ எண்டான். அவன்தான் எங்கட விஞ்ஞானியாய் வருவான் எண்டுதான் நான் நினைச்சிருந்தனான்.

நீயென்னடாவெண்டால், மழைத்தண்ணிக்குள்ள கால் நனைய முகத்தைச் சூரியனை பார்த்துத் திருப்பிக்கொண்டு, நான் டான்ஸ் ஆடுறன் அம்மா

**KANAN:** The rain came again that evening.

**SEVI:** And then the army . . .

**KANAN:** Yet he survived. Kavalan.

**SEVI:** How can we know, mahan? Because one man, a man we do not know, recognized you?

**KANAN:** Why did you tell me he was dead?

**SEVI:** I didn't say he was dead.

**KANAN:** You let me think he was dead.

Did you leave him behind? Did you know he was alive?

**SEVI:** We had to leave—

**KANAN:** How could you?

**SEVI:** Every family surrendered children.

Every family was broken.

**KANAN:** Why didn't you go back for him?

**SEVI:** And leave you?

**KANAN:** You left part of me behind.

**SEVI:** Kanan, Kavalan, Kanan, Kunju.

**KANAN:** I am going back. He is alone. He is calling me.

*Beat.*

**SEVI:** But you're safe here.

**KANAN:** With or without me, here, the outcome is the same.

எண்டுறாய். வானத்தைநோக்கி மழைத்துளியொன்று எழும்பி எழும்பிப் போறதுபோல சுற்றிச் சுற்றி ஆடுகிறாய். நீதான் எங்கட கவிஞன். உன்னுடைய கனவுகள் மிகவும் அழகானவையாய் இருந்தது. உன்ரை இதயத்தில தெய்வவாக்குக் குடியிருந்தது.

**கண்ணன்:** அண்டைக்குப் பின்னேரம் மழை திருப்பித்திருப்பி வந்தது.

**செவ்வி:** அதுக்குப்பிறகு ஆர்மி வந்தது.

**கண்ணன்:** ஆனா அவர் உயிர்தப்பிற்றார். காவலன்.

**செவ்வி:** எங்களுக்கு எப்பிடித் தெரியும் மகன்? யாரோ ஒரு மனுசன், எங்களுக்குத் தெரியாதவொரு மனுசன் உன்னை அடையாளங்கண்டபடியாலோ?

**கண்ணன்:** அவர் செத்துப்போனார் எண்டு ஏன் எனக்குச் சொன்னனீங்கள்?

**செவ்வி:** அவன் செத்துப்போனான் எண்டு நான் சொல்லவேயில்லை.

**கண்ணன்:** அவர் செத்துப்போனார் எண்டு நான் நினைக்க விட்டனீங்கள். அவரை விட்டுட்டே வெளிக்கிட்டு வந்தனீங்கள்? அவர் உயிரோடையிருக்கிறார் எண்டு அப்ப உங்களுக்குத் தெரியுமே?

**செவ்வி:** நாங்கள் வெளிக்கிடவேண்டியிருந்தது.

**கண்ணன்:** எப்பிடி உங்களால முடிஞ்சுது?

**செவ்வி:** எல்லாக் குடும்பங்களும் பிள்ளைகளை ஒப்படைச்சது. எல்லாக் குடும்பங்களும் சிதறிப்போய்த்தான் இருந்தது.

**கண்ணன்:** ஏன் நீங்கள் அவருக்காகத் திரும்பிப் போகேல்லை?

**செவ்வி:** உன்னை விட்டுட்டோ?

**கண்ணன்:** என்னில ஒரு பகுதியை விட்டுட்டுத்தானே வந்தனீங்கள்.

**செவ்வி:** கண்ணன், காவலன், கண்ணன், குஞ்சு.

**கண்ணன்:** நான் திரும்பிப் போறன். அவர் தனிய இருக்கிறார். என்னைக் கூப்பிடுறார்.

**SEVI:** Don't go. I'll go.

**KANAN:** He is calling *me*.

**SEVI:** Mahan, do you hear the oracle?

**KANAN:** Yes.

**செவ்வி:** *(சற்று அமைதியின்பின்)* ஆனா குஞ்சு, நீ இங்க பாதுகாப்பாய் இருக்கிறாய்.

**கண்ணன்:** நான் இங்க இருந்தாலென்ன இருக்காட்டியென்ன, விளைவுகள் எல்லாம் ஒண்டாத்தான் இருக்கும்.

**செவ்வி:** போகாத மகன். நான் போறன்.

**கண்ணன்:** அவர் என்னைத்தான் கூப்பிடுறார்.

**செவ்வி:** மகன், உனக்குத் தெய்வவாக்குக் கேட்கிறதே.

**கண்ணன்:** கேட்கிறதம்மா.

# SCENE THREE

*KANAN is working on his computer. KAVITHA has overheard KANAN and SEVI talking. She is distressed. She comes and stands beside him. He closes his laptop.*

**KANAN:** Enna, kutti? *[What is it, darling?]* Did you have a bad dream?

**KAVITHA:** No—

**KANAN:** Leg cramps?

**KAVITHA:** Yes.

**KANAN:** Okay, sit, I'll rub them.

**KAVITHA:** Left one.

**KANAN:** Have you been drinking enough water?

**KAVITHA:** No.

**KANAN:** Well try a little more water. Can you do that?

**KAVITHA:** I heard you talking. You're going away too.

**KANAN:** Yes.

**KAVITHA:** Why?

**KANAN:** To find Kavalan.

**KAVITHA:** But he lives here—

**KANAN:** No, he's real, Kavi.

# காட்சி மூன்று

*(கண்ணன் மடிக்கணினியிலே வேலை செய்துகொண்டிருக்கிறான். செவ்வியும் அவனும் உரையாடியதைக் கவிதா தற்செயலாகக் கேட்டிருக்கிறாள். அவள் கவலைப்படுகிறாள். வந்து அவனுக்கருகில் நிற்கிறாள். அவன் மடிக்கணினியை மூடுகிறான்.)*

**கண்ணன்:** என்ன குட்டி, பாட் டிறீம் கண்டநீங்களே?

**கவிதா:** இல்லை.

**கண்ணன்:** கால் உளையுதே.

**கவிதா:** ஓம்.

**கண்ணன்:** ஓகே. இருங்கோ. பிடிச்சுவிடுறன்.

**கவிதா:** இடதுகால்.

**கண்ணன்:** இன.்.ப் தண்ணி குடிக்கிறீங்களே?

**கவிதா:** இல்லை.

**கண்ணன்:** ஓகே. கொஞ்சம் கூடத் தண்ணிகுடிச்சுப் பாருங்கோ என்ன

**கவிதா:** நீங்கள் கதைச்சதைக் கேட்டனான். நீங்களும் போறீங்களே?

**கண்ணன்:** ஓம்.

**கவிதா:** ஏன்?

**கண்ணன்:** அண்ணாவைக் கண்டுபிடிக்க.

**கவிதா:** ஆனா அவர் இங்கதான் லிவ் பண்ணுறார்.

KAVITHA: You know where he is?

KANAN: Approximately.

KAVITHA: Do you know how to get there?

KANAN: I'll figure it out.

KAVITHA: Will it be an adventure?

KANAN: Of sorts.

KAVITHA: Will it be dangerous?

KANAN: Probably.

KAVITHA: Are you scared?

KANAN: More scared to stay here.

KAVITHA: Why?

KANAN: I'm scared I'll lose him.

KAVITHA: You'll find him and then you'll come back . . . with him?

KANAN: Yes.

KAVITHA: Does he really look exactly like you?

KANAN: Pretty much.

KAVITHA: Can he fix cramps like you?

KANAN: I think he can fix a lot of things. He used to fix a lot of things.

He's a few minutes older than me. So he's a little wiser.

KAVITHA: Just a little bit.

**கண்ணன்:** இல்லைக் கவி. அவர் ரியல்.

**கவிதா:** உங்களுக்கு அவர் எங்க இருக்கிறார் எண்டு தெரியுமே.

**கண்ணன்:** கிட்டத்தட்ட.

**கவிதா:** அங்க என்னண்டு போறதெண்டு தெரியுமே?

**கண்ணன்:** நான் ∴பிகர் அவ்ட் பண்ணுவன்.

**கவிதா:** அது அட்வென்சர் மாதிரி இருக்குமே?

**கண்ணன்:** ஒரு வகையில.

**கவிதா:** அது டேஞ்சரஸ்ஆய் இருக்குமே?

**கண்ணன்:** புரொபப்ளி.

**கவிதா:** உங்களுக்குப் பயமாய் இருக்கே?

**கண்ணன்:** இங்க இருக்கத்தான் கூடப் பயமாய் இருக்கு.

**கவிதா:** ஏன்?

**கண்ணன்:** அவரை லூஸ் பண்ணிடுவன் எண்டு பயமாய் இருக்கு.

**கவிதா:** அவரை ∴பைன்ட் பண்ணிற்று அவரோட திரும்பிவருவீங்களே?

**கண்ணன்:** ஓம்.

**கவிதா:** அவர் உண்மையாய் எக்சாக்ட்லி உங்களமாதிரியே இருப்பாரே?

**கண்ணன்:** ஓம் கிட்டத்தட்ட.

**கவிதா:** அவருக்கும் உங்களைமாதிரிக் கால் உளைவை ∴பிக்ஸ் பண்ணத் தெரியுமே?

**கண்ணன்:** அவருக்குக் கனக்க திங்ஸ்சை ∴பிக்ஸ் பண்ணத் தெரியும். முந்தி அவர் கன விசயங்களை ∴பிக்ஸ் பண்ணுறவர். அவர் என்னை விட கொஞ்ச மினிட்சால மூப்பு. ஆனபடியா என்னை விடக் கொஞ்சம் கெட்டிக்காறன்.

KANAN: He used to help me know what to do.

KAVITHA: You don't know what to do?

KANAN: He saved my life one day. It was a school day. We were in the yard playing cricket. Shells started to fall very close by. The teachers came to gather us into the school. The army's not supposed to shell schools or hospitals. Instead he pulled me into the open, across the road, away from the school, into the lagoon. We hid there among the mangroves. They shelled the school. Flattened it.

KAVITHA: Did everyone die?

KANAN: Most.

KAVITHA: How did he know?

KANAN: He could always read signs.

KAVITHA: So that's why I feel like someone watches over me while I sleep?

KANAN: That's him. He is alive.

KAVITHA: So if something happens to him—

KANAN: That's why I've got to find him.

KAVITHA: Okay. But you'll come back. Pinky swear.

KANAN: Pinky swear. Now lights out, okay?

*He hugs her. She leaves.*

**கவிதா:** கொஞ்சம்.

**கண்ணன்:** நான் எப்ப என்ன செய்யவேணும் எண்டு எனக்கு நிறைய ஹெல்ப் பண்ணுறவர்.

**கவிதா:** ஏன் உங்களுக்கு என்ன செய்யவேணும் எண்டு தெரியாதே?

**கண்ணன்:** ஒரு நாள் அவர் என்ரை லைஃபை சேவ் பண்ணினவர். அண்டைக்கு ஸ்கூல் டே. நாங்கள் கிறவுண்ட்ஸில கிறிக்கட் விளையாடிக்கொண்டிருந்தனாங்கள். எங்களுக்குக் கிட்டவா ஷெல்லுகள் வந்து விழத்தொடங்கிற்றுது. ரீச்சேர்ஸ் எல்லாம் வந்து எங்கள ஸ்கூலுக்குள்ள கொண்டுபோகப் பாத்தவை. ஆர்மி ஸ்கூல்சையும் ஹொஸ்பிற்றல்சையும் ஷெல்லடிக்கக்கூடாது. ஆனால் அவர் என்னை ரோட்டைக் கடந்து ஸ்கூலுக்கு அங்கால கடற்பக்கமாய் இழுத்துக்கொண்டு ஓடினார். நாங்கள் அந்தச் சதுப்பு நிலத்துக்குள்ளை ஒளிச்சு இருந்தனாங்கள். அவங்கள் ஸ்கூலுக்கு ஷெல் அடிச்சு ஸ்கூலைத் தரைமட்டம் ஆக்கிப்போட்டாங்கள்.

**கவிதா:** எல்லாரும் செத்துப்போச்சினமே?

**கண்ணன்:** அனேகமா எல்லாரும்.

**கவிதா:** அவருக்கு என்னண்டு தெரியும்?

**கண்ணன்:** அவருக்கு எப்பவுமே சைன்ஸை பாத்துப் பிடிக்கத்தெரியும்.

**கவிதா:** அதுதானே நான் நித்திரை கொள்ளேக்கை யாரோ என்னை பாத்துக்கொள்ளுறமாதிரி ஃபீல் பண்ணுறனான்?

**கண்ணன்:** ஓம் அது அவர்தான். அவர் உயிரோட இருக்கிறார்.

**கவிதா:** அப்ப அவருக்கு என்னவும் நடந்தா?

**கண்ணன்:** அதுதான் நாங்கள் அவரைக் கண்டுபிடிக்க வேணும்.

**கவிதா:** ஓகே. ஆனா நீங்கள் திரும்பி வரவேணும்? பிங்கி ஸ்வேயார்?

**கண்ணன்:** பிங்கி ஸ்வேயார். ஓகே, இப்ப லைற்றை நூக்கவேணும்.

*(அவளைக் கட்டியணைக்கிறான். அவள் வெளியேறுகிறாள்.)*

# SCENE FOUR

*KANAN is packing a suitcase. He closes it as his father enters.*

**THANGAN:** Where are you going?

*KANAN is silent.*

Where do you think you are going? Off to be a hero? Selfishly abandoning your mother, your sister, your lab, your studies, me? I—

**KANAN:** I don't want to fight.

**THANGAN:** Give me that suitcase. Where's your ticket? How have you paid for it? Stolen from your mother? I will put an end to this mad scheme of yours. Give me that suitcase.

**KANAN:** It's for you.

*KANAN gives it to him. THANGAN opens it.*

*Pause.*

**THANGAN:** What is this?

*Pause.*

**KANAN:** I thought you might need a few mementos.

*THANGAN fingers a few old photos.*

## காட்சி நான்கு

*(கண்ணன் பொருட்களை ஒரு பெட்டிக்குள் அடுக்கிக்கொண்டிருக்கிறான். அவன் பெட்டியைமூடவும் தங்கன் உள்ளே நுழைகிறான்.)*

**தங்கன்:** நீ எங்க போறாய்?

*(கண்ணன் அமைதியாய் இருக்கிறான்.)*

நீ எங்கபோறாயெண்ட நினைப்பில இருக்கிறாய்? பெரிய வீரனாய் வரப்போறியே? உன்ரை தாயை, தங்கச்சியை, உன்ரை ஆய்வுகளை, படிப்பை, என்னை, எல்லாத்தையும் விட்டுட்டுச் சுயநலந்தான் பெரிசெண்டு . . .

**கண்ணன்:** எனக்குப் பிரச்சனைப்பட விருப்பமில்லை அப்பா.

**தங்கன்:** அந்த சூட்கேசைத் தா. எங்க உன்ரை ரிக்கற்? அதுக்கு எங்கால காசு? அம்மாட்டைக் களவெடுத்தனியே? உன்ரை பைத்தியக்காரத்தனத்துக்கு நான் ஒரு முடிவுகட்டுறன். அந்த சூட்கேசை என்னட்டைத் தா!

**கண்ணன்:** அது உங்கட சூட்கேஸ்தான்.

*(கண்ணன் அதைக்கொடுக்க, தங்கன் திறக்கிறான்.)*

**தங்கன்:** *(சிறு தயக்கத்தின் பின்)* என்ன இது?

**கண்ணன்:** உங்களுக்குச் சில மொமென்றோஸ், நினைவுப் பொருட்கள் தேவைப்படும் எண்டு நினைச்சன்.

*(தங்கன் சில பழைய புகைப்படங்களைக் கைகளில் எடுத்துப் பார்க்கிறான்.)*

நீங்கள் நினைவுதிரும்பி எழும்பேக்குள்ள, எல்லாத்தையும் மறந்திருந்தா, நினைவுபடுத்த இதுகள் உதவும்.

If you wake up having forgotten . . . you can orient yourself.

THANGAN: I haven't been the father you deserve, or need, I know—

KANAN: You are getting late, Appa—

THANGAN: I'm afraid—

KANAN: Of course.

THANGAN: I need you to stay.

KANAN: Because you are afraid? With the seizures you are afraid; without them you are afraid. Afraid of death, afraid of life. It is inevitable. Epileptic rats are cowards too.

THANGAN: Why are you so scornful?

KANAN: In kindling models of epilepsy the rats won't explore—they freeze if you let them out of their cages. No curiosity. No will. No ambition. You rely on your cage.

THANGAN: Wait, wait till the surgery is finished.

KANAN: There is a real cage out there. Kavalan is in it.

THANGAN: If I don't come through.

KANAN: There is no time.

THANGAN: Who will scatter my ashes?

KANAN: Let me take you to the hospital.

THANGAN: I'll go alone.

THANGAN *closes the suitcase.*

**தங்கன்:** நான் உனக்கு அருகதையான, உனக்குத் தேவையான ஒரு நல்ல தகப்பனாய் இருக்கேல்லை எண்டு எனக்குத் தெரியும்.

**கண்ணன்:** உங்களுக்குப் பிந்துது அப்பா.

**தங்கன்:** எனக்குப் பயமாய் இருக்கு மகன்.

**கண்ணன்:** அப்பிடித்தான் இருக்கும்.

**தங்கன்:** எனக்கு நீ இங்க நிக்கவேணும்.

**கண்ணன்:** உங்களுக்குப் பயமாயிருக்கிறபடியாலோ? வலிப்பு இருந்தா உங்களுக்குப் பயம். வலிப்பு இல்லாட்டி உங்களுக்குப் பயம். சாகப் பயம். வாழப் பயம். இது தவிர்க்க முடியாதது. எப்பிலெப்சிவாற எலிகளும் கோழைகள்தான்.

**தங்கன்:** ஏன் இப்பிடி ஏளனம் செய்யிறாய்?

**கண்ணன்:** எப்பிலெப்சியைத் தூண்டுற மொடல்களிலை எலிகளைக் கூண்டுக்கு வெளியால விட்டா, அதுகள் சுத்திப்பார்க்காம அப்படியே விறைச்சுப்போய் நிக்கும். ஒரு ஆர்வம் இல்லை. விருப்பம் இல்லை. ஒரு அம்பிஷன் இல்லை. நீங்கள் உங்கடை கூண்டிலதான் தங்கியிருக்கிறீங்கள்.

**தங்கன்:** பொறு மகன். ஒப்பரேஷன் முடியமட்டும் பொறு.

**கண்ணன்:** அங்க உண்மையாயே ஒரு கூண்டு இருக்கு. காவலன் அதுக்குள்ளை அடைபட்டுக் கிடக்கிறார்.

**தங்கன்:** நான் தப்பி வரமுடியாமல் போனா.

**கண்ணன்:** இப்ப ஒண்டுக்கும் நேரம் இல்லை.

**தங்கன்:** யார் என்ரை சாம்பலைக் கரைக்கிறது?

**கண்ணன்:** வாங்கோ. நான் உங்களை ஹொஸ்பிற்றலுக்குக் கூட்டிக்கொண்டு போறன்.

**தங்கன்:** நான் தனியப் போவன்.

*(தங்கன் பெட்டியைப் பூட்டுகிறான்.)*

Goodbye, mahan. Thank you for these souvenirs. I will cherish them.

*THANGAN exits.*

**KANAN:** *(whispered)* So this is the way it ends?

குட் பாய் மகன். நினைவுப்பொருட்களுக்கு நன்றி. நான் அதுகளைப் பாதுகாப்பன்.

*(தங்கன் வெளியேறுகிறான்.)*

**கண்ணன்:** *(மெல்லிய குரலில் இரகசியம்போல)* சோ, இது இப்பிடித்தானா முடியப்போகுது?

# SCENE FIVE

*A hospital room with a single hospital gurney and hard white light.* THANGAN *is alone.* SEVI *enters.*

**SEVI:** Are you ready?

**THANGAN:** You are here.

**SEVI:** Must you do this?

**THANGAN:** I promise you. Nothing will ever be the same again.

**SEVI:** Really?

**THANGAN:** Please, kannamma *[apple of my eye].*

**SEVI:** It's NOT about me.

**THANGAN:** How could it not be? You are my only love.

**SEVI:** I didn't come here to talk about love.

**THANGAN:** Then why did you come?

**SEVI:** You're my husband.

**THANGAN:** Yes. I am the one who kissed you until your cheeks turned red.

**SEVI:** Those days are long gone.

# காட்சி ஐந்து

*(ஒரேயொரு சக்கரக் கட்டிலைக்கொண்டுள்ள வெண்மையான வைத்தியசாலை அறை. தங்கன் தனித்து இருக்கிறான். செவ்வி உள்ளே நுழைகிறாள்.)*

**செவ்வி:** ஆயத்தமே?

**தங்கன்:** நீங்கள் வந்திட்டீங்கள்.

**செவ்வி:** இதைச் செய்யத்தான் வேணுமே.

**தங்கன்:** நான் உங்களுக்குச் சத்தியம் செய்யிறன். ஒண்டுமே முந்தியிருந்தது மாதிரி இருக்காது.

**செவ்வி:** உண்மையாவோ?

**தங்கன்:** கண்ணம்மா தயவுசெய்யுங்கோ.

**செவ்வி:** இது என்னைப்பற்றினது இல்லை.

**தங்கன்:** எப்பிடி இல்லாமல் இருக்கும். நீங்கள்தானே என்ரை ஒரே காதல்.

**செவ்வி:** நான் காதலைப் பற்றிக் கதைக்க இங்க வரேல்லை.

**தங்கன்:** அப்ப என்னத்துக்கு வந்தனீங்கள்?

**செவ்வி:** நீங்கள் என்ரை புருசன்.

**தங்கன்:** ஓம். உங்கடை கன்னஞ் சிவக்கமட்டும் முத்தமிட்டது நான்தான்.

**செவ்வி:** அந்த நாட்கள் எப்பவோ போயிற்றுது.

**THANGAN:** Didn't I chase you like the thunder until you engulfed me like the rain?

**SEVI:** I can't remember.

**THANGAN:** Kannamma . . . when our eyes met—

**SEVI:** Thangan . . .

**THANGAN:** Humour me, my love, one last time.

*Pause.*

You are my light.

*Pause.*

**SEVI:** I am your eye.

**THANGAN:** You are my violin.

**SEVI:** I am your . . .

**THANGAN:** You are the jasmine-drenched night . . .

**SEVI:** I . . .

**THANGAN:** You are my lotus flower . . .

**SEVI:** Please . . .

**THANGAN:** You are my deep red earth.

**SEVI:** I can't . . .

**THANGAN:** You are my kingdom . . .

**SEVI:** I am your sovereign, no, your servant— I can't—

**THANGAN:** *You are my meaning.*

**தங்கன்:** நீங்கள் என்னை மழைமாதிரித் தோய்க்க மட்டும் நான் உங்களை இடி மாதிரித் துரத்தேல்லையே

**செவ்வி:** எனக்கு ஞாபகம் இல்லை.

**தங்கன்:** கண்ணம்மா, எங்கட கண்கள் சந்திச்சபோது

**செவ்வி:** தங்கன்.

**தங்கன்:** கடைசியா ஒருதரம் சொல்லுங்கோவன் எனக்காகவேண்டி *(சிறு இடைவெளிவிட்டு)* பாயுமொளி நீயெனக்கு

**செவ்வி:** *(சற்று தாமதித்து)* பார்க்கும் விழி நானுனக்கு.

**தங்கன்:** வீணையடி நீயெனக்கு.

**செவ்வி:** நானுனக்கு.

**தங்கன்:** தாரையடி நீயெனக்கு.

**செவ்வி:** நான்.

**தங்கன்:** வீசு கமழ் நீயெனக்கு.

**செவ்வி:** தயவுசெய்து . . .

**தங்கன்:** வானமழை நீயெனக்கு.

**செவ்வி:** என்னால முடியாது.

**தங்கன்:** நல்லவுயிர் நானுனக்கு.

**செவ்வி:** நாடியடி நானுனக்கு. இல்லை தாதியடி நானுனக்கு. என்னால முடியாது.

**தங்கன்:** பேசுபொருள் நீயெனக்கு.

**செவ்வி:** இல்லை. நானில்லை.

**தங்கன்:** பேணுமொழி நானுனக்கு.

**SEVI:** I'm not.

**THANGAN:** *I am its utterance.*

**SEVI:** I am silence!

**THANGAN:** Sevi, why? I'm sick, I'm weak. But I am decent. I chased you through your father's compound, risking everything. I still love you like that.

**SEVI:** Love has destroyed us. When we set out on that fragile boat, with Kanan, only Kanan . . .

**THANGAN:** What are you talking about?

**SEVI:** We were on that boat because I chose you. My only love. My ravaged kingdom.

**THANGAN:** Chose?

**SEVI:** Shall I tell you how you were released? Why you didn't rot in that hole?

**THANGAN:** You lobbied, you wrote the human rights groups—

**SEVI:** Do you think anyone cares about the misery of one woman?

The Tigers, the warriors you hate. They set you free. When they took the army base, they dug out the walls of your cell and brought you back up. Broken. But the Tigers still feared you would criticize them, as you criticized all the factions in the past. They thought you would write. When they called me to claim you . . . I saw Kavalan.

**THANGAN:** He was alive?

**SEVI:** Thin. Shaven. Alive. They said, "Take your husband or take your son."

**THANGAN:** Alive?

**SEVI:** "He will live a glorious life. In the service of our land, our language, our ancestors. He will be a hero. But keep Thangan quiet." "Talk to your little warrior," that's what the captain said, "go bid him farewell. Inspire him—infuse him with

**செவ்வி:** நான்தான் மௌனம்!

**தங்கன்:** ஏன் செவ்வி? நான் வருத்தக்காரன்தான். பலவீனமானவன்தான். ஆனா நல்லவன். எல்லாத்தையும் பணயம் வைச்சு உங்கடை அப்பாவின்றை வளவுமுழுக்க உங்களைத் துரத்தித்துரத்திக் காதலிச்சனான். இப்பவும் உங்களை அப்பிடிக் காதலிக்கிறன்.

**செவ்வி:** காதல் எங்களை அழிச்சுப்போட்டுது. நாங்கள் கண்ணனைக் கூட்டிக்கொண்டு; கண்ணனை மட்டும் கூட்டிக்கொண்டு அந்த உடைஞ்ச வள்ளத்தில கால்வைக்கேக்கை.

**தங்கன்:** நீங்கள் என்னத்தைப் பற்றிக் கதைக்கிறீங்கள்?

**செவ்வி:** நாங்கள் அந்த வள்ளத்தில இருக்கக் காரணம் நான் உங்களைத் தெரிவுசெய்ததுதான். என்ரை ஒரே காதலை. என்ரை நாசமாய்ப்போன தங்கராசாவை.

**தங்கன்:** தெரிவுசெய்தனீங்களோ?

**செவ்வி:** நீங்கள் எப்பிடி விடுதலை செய்யப்பட்டனீங்கள் எண்டு உங்களுக்குச் சொல்லட்டே? நீங்கள் ஏன் அந்தக் கிடங்குக்குள்ள கிடந்து அழுகேல்லை எண்டு . . .

**தங்கன்:** நீங்கள் போராடினனீங்கள். மனித உரிமை அமைப்புகளுக்கெல்லாம் எழுதினனீங்கள்.

**செவ்வி:** ஒரு தனி மனுசி படுகிற அவலத்தைப் பற்றி அவையள் யாருக்காவது அக்கறை இருக்கும் எண்டு நீங்கள் நினைக்கிறீங்களே?

புலிகள். நீங்கள் வெறுக்கிற அந்தப் போராளிகள். அவங்கள்தான் உங்களை விடுதலை செய்தவங்கள். அந்த இராணுவ முகாமை அவங்கள் அடிச்சபொழுது, நீங்கள் இருந்த அறையின்ற சுவரைத் தோண்டியெடுத்து உங்களை வெளியால கொண்டுவந்தவங்கள். சிதைஞ்சுபோனவராய். இருந்தாலும், நீங்கள் மற்ற எல்லாக் குழுக்களையும் விமர்சிச்சதுபோல தங்களையும் விமர்சிப்பீங்கள், தொடர்ந்து விமர்சிப்பீங்கள் எண்டு அவங்களுக்குப் பயம். நீங்கள் தொடர்ந்து எழுதுவீங்கள் எண்டு நினைச்சாங்கள். உங்களை வந்து கூட்டிக்கொண்டுபோகச்சொல்லி அவங்கள் என்னைக் கூப்பிட்டபொழுது, நான் காவலனைக் கண்டனான்.

**தங்கன்:** உயிரோட இருந்தவனே?

zeal for his mission. He's waiting." There in the compound. I held him, and let him go— "I will come for you, son. I will come for you!" I promised him.

**THANGAN:** He is alive?

I would have chosen to die.

**SEVI:** I know.

*Beat.*

I chose you. I abandoned him. I accept the consequences. I could not let you die. We reached India with the clothes on our back. You were convulsing. You needed medicine. It wouldn't stop. So I danced. Dance was the foreplay. It is an ancient and sacred tradition, after all. Isn't it? Isn't it? Once you are broken, what does it matter?

**THANGAN:** Kannamma . . .

**SEVI:** Nameless, filthy men paid for your medicine. When you recovered I burned my clothes. Buried my anklets. I wish I could have burned my skin.

That is my truth. All of it.

*Beat.*

**THANGAN:** You chose me.

Let me hold you.

**SEVI:** There is nothing left of me. What good is truth? Who is free? You? The soldiers? The bhikkhus? The Tigers? Who is free? Those who stay? Those who leave? Only the dead are free. Love is over for me.

**THANGAN:** My kannamma. How much we are alike. Pearls scattered. But not lost. We will gather them.

**SEVI:** I know what I intended. I know what I did. Once a thing is done it cannot be undone.

**செவ்வி:** மெலிஞ்சுபோய். மொட்டைவழிச்சு. உயிரோட. புருசனைக் கூட்டிக்கொண்டு போங்கோ அல்லது மகனைக் கூட்டிக்கொண்டு போங்கோ எண்டு சொன்னாங்கள்.

**தங்கன்:** உயிரோடையோ?

**செவ்வி:** "அவன் ஒரு மகத்தான வாழ்வு வாழ்வான். எங்கட தேசத்துக்கும் மொழிக்கும் மூதாதையருக்கும் சேவையாற்றுவான். ஒரு வீரனாய் வாழ்வான். ஆனால் தங்கனை அமைதியாய் வைச்சிருங்கோ. போய் உங்கட வீர இளவலோட கதையுங்கோ" அப்பிடித்தான் அந்தத் தளபதி சொன்னவன். "போய் அவனிட்டை விடைபெறுங்கோ. அவனுக்கு எழுச்சியூட்டுங்கோ. அவன்றை குறிக்கோளிலை அவன் வெற்றியடையிறதுக்கு அவனுக்கு உற்சாகம் ஊட்டுங்கோ. போங்கோ. அவன் பாத்துக்கொண்டிருக்கிறான் எண்டு சொன்னவன்." அவன் அந்தப் பாசறைக்குள்ள இருந்தவன். அவனைக் கட்டி அணைச்சுப்போட்டுப் போக விட்டுட்டன். நான் திரும்பி வருவன் மகன். உனக்காகவேண்டித் திரும்பி வருவன். நான் அவனுக்குச் சத்தியம் பண்ணினனான்.

**தங்கன்:** அவன் உயிரோடை இருக்கிறானே? நானெண்டால் நான் சாகிறதைத்தான் தெரிவுசெய்திருப்பன்.

**செவ்வி:** எனக்குத் தெரியும்.

*(சிறு அமைதிகாத்து.)*

நான் உங்களைத் தெரிவு செய்தனான். அவனைக் கைவிட்டனான். அதின்ர விளைவுகளை நான் ஏற்றுக்கொள்ளுறன். உங்களைச் சாகவிட என்னால முடியேல்லை. உடம்பில இருந்த ஒற்றைத் துணியோட நாங்கள் இந்தியாவில இறங்கினம். நீங்கள் நடுங்கிக்கொண்டு இருந்தனீங்கள். உங்களுக்கு மருந்து தேவைப்பட்டுது. நடுக்கம் நிக்கமாட்டன் எண்டிட்டுது. அதனால நான் நடனமாடத் தொடங்கினன். நடனம் காமத்தைத் தூண்டும். அதுதானே தொன்மையான புனிதமான மரபு. இல்லையா? ஒருத்தர் ஒருமுறை சிதைஞ்சுபோனபிறகு அடுத்தமுறையைப் பற்றி யாருக்கு என்ன கவலை?

**தங்கன்:** கண்ணம்மா . . .

**செவ்வி:** பெயர்தெரியாத அசிங்கமான ஆம்பிளையள் உங்கட மருந்துக்குக் காசு தந்தவங்கள். உங்களுக்குச் சுகம் வந்தவுடன, என்ரை உடுப்புகளைக் கழட்டிக் கொழுத்தி எரிச்சுப்போட்டன். சலங்கையை ஒழிச்சு வைச்சிட்டன். என்ரை தோலையும் எரிக்க முடிஞ்சிருந்தா எரிச்சிருப்பன்.

I am done fighting.

**THANGAN:** You are my sword. I am going to live to deserve your love, you will see.

*Attendants enter.*

**MENDOZA:** We are ready for you, Thangan.

THANGAN *is silent. He reaches out for her hands. She reaches out to him, then lets her arm drop.*

இதுதான் என்ரை உண்மை. முழுமையான உண்மை.

**தங்கன்:** நீங்கள் என்னைத் தெரிவுசெய்திருக்கிறீங்கள். உங்களை ஒருக்கா அணைக்க விடுங்கோ செவ்வானம்.

**செவ்வி:** என்னில ஒண்டுமே எஞ்சியில்ல. உண்மையால என்ன பயன்? யார் சுதந்திரமா இருக்கினம்? நீங்களா? அந்த ஆர்மிக்காரங்களா? பிக்குமாரா? புலிகளா? யாருக்குச் சுதந்திரமிருக்கு? நாட்டில இருக்கிறவைக்கா? நாட்டைவிட்டு வெளியேறுறவைக்கா? செத்தவை மட்டும்தான் உண்மையில சுதந்திரம் பெற்றாக்கள். என்னைப்பொறுத்தவரைக்கும் காதல் முடிஞ்சுபோச்சு.

**தங்கன்:** என்ரை கண்ணம்மா. எங்களுக்குள்ள எவ்வளவு ஒற்றுமை பார்த்தீங்களே? முத்துக்கள் சிதறிப்போனாலும் துலைஞ்சு போகேல்லை. நாங்கள் அதுகளைப் பொறுக்கிச் சேர்ப்பம்.

**செவ்வி:** நான் என்ன செய்ய விரும்பினனான் எண்டும் தெரியும். நான் என்ன செய்தனான் எண்டும் தெரியும். ஒரு விசயம் நடந்துமுடிஞ்சாப்பிறகு அதை நடக்கவிடாமச் செய்ய இயலாது.

நான் போராடி ஓய்ஞ்சுபோனன்.

**தங்கன்:** நீங்கள்தான் என்ரை போர்வாள் செவ்வானம். நான் உங்கட அன்புக்குத் தகுதியானவனாய் வாழுவென். நீங்கள் பார்ப்பீங்கள்.

*(தாதிகள் உள்ளே நுழைகிறார்கள்.)*

**மென்டோசா:** நாங்கள் உங்களுக்காகத் தயாராகிவிட்டோம் தங்கன்.

*(தங்கன் செவ்வியைநோக்கி அமைதியாக தன் கைகளை நீட்டுகிறான். அவளும் அவனை நோக்கி நீட்டுகிறாள் பின்னர் கைகளைக் கீழே தளர விடுகிறாள்.)*

# SCENE SIX

*The operating theatre.* MENDOZA *and* WAGDY *are in surgical gowns.* THANGAN *is wheeled in.*

**MENDOZA:** Dr. Wagdy has discussed the awake craniotomy with you?

**THANGAN:** You mean the part where you wake me up while my skull is open?

**MENDOZA:** Yes. You will hear strange noises and see blinding lights.

**THANGAN:** And pain?

**MENDOZA:** Perhaps a headache.

**THANGAN:** No doubt.

**MENDOZA:** I'll be here. You must not move unless I ask you to do so. Your head will be immobilized, in a steel halo. We will ask you to make small movements. You must not attempt any other movement. It would be dangerous.

**THANGAN:** Will I feel the electric current?

**MENDOZA:** No, you will feel only the effect of the current. An emotion, movement, sensation, or image. Fragments. Try to stay calm. If you panic, changes in your heart rate and blood pressure can affect the perfusion of your brain.

**THANGAN:** If I am afraid?

**MENDOZA:** Tell me.

*The surgeon and assistant indicate they're ready.* THANGAN *goes under.*

## காட்சி ஆறு

*(அறுவைச்சிகிச்சைக் கூடத்திலே மென்டோசாவும் வாக்டியும் சிகிச்சைக்கான மேலுடையணிந்துள்ளார்கள். தங்கன் சக்கரக் கட்டிலிலே தள்ளிவரப்படுகிறான். உரையாடல்கள் ஆங்கிலத்திலும் பின்னர் தமிழிலும் அமைந்துள்ளன.)*

**மென்டோசா:** விழிப்புநிலை மண்டைத்திறப்புச் சிகிச்சைபற்றி வாக்டி உங்களுடன் கலந்துரையாடினாரா?

**தங்கன்:** எனது மண்டையோடு திறந்திருக்கும்போதே என்னை நீங்கள் விழிக்கவைக்கும் அந்தத் தருணம் பற்றிக் கூறுகிறீர்களா?

**மென்டோசா:** ஆம். விந்தையான ஒலிகள் உங்களுக்குக் கேட்கும். அத்துடன் கண்ணைக் கூசும் வெளிச்சங்களும் உங்களுக்குத் தெரியும்.

**தங்கன்:** வலி?

**மென்டோசா:** தலைவலி இருக்கலாம்.

**தங்கன்:** சந்தேகமே வேண்டாம்.

**மென்டோசா:** நான் இங்கேதான் இருப்பேன். நான் கேட்டுக்கொண்டாலன்றி நீங்கள் அசையக்கூடாது. ஒரு இரும்பு வளையத்தால் உங்கள் தலை அசையவிடாது செய்யப்பட்டிருக்கும். சிறிய அசைவுகளைச் செய்யும்படி நாங்கள் உங்களைக் கேட்போம். அவற்றைவிட வேறெந்த அசைவுகளை மேற்கொள்ளவும் நீங்கள் முயலக்கூடாது. அது ஆபத்தானதாய் முடியும்.

**தங்கன்:** மின்சாரத்தை என்னால் உணரக்கூடியதாக இருக்குமா?

**மென்டோசா:** இல்லை. மின்சாரத்தின் விளைவுகளைத்தான் உங்களால் உணரக்கூடியதாக இருக்கும். ஒரு மனக்கிளர்ச்சி, அசைவு, உடலுணர்வு, அல்லது ஒரு பிம்பம். தொடர்பற்ற துண்டுகளாக. நீங்கள் அமைதியாக

**WAGDY:** Beginning just anterior to the tragus, we make a curvilinear incision— The scalpel inscribes a question mark, in reverse. Now, dissect the dura mater free of the calvarium above and the cortical veins below. Carefully, carefully, carefully. Everything is sticky. Like chewing gum in a carpet.

*He dissects.*

. . . there it is . . . the cortex. The content of consciousness, secretive, under a gossamer pial sheath . . . an uncharted land.

**FIRST ASSISTANT:** And we map it?

**WAGDY:** Superficially, yes. Lighten the anaesthetic.

**MENDOZA:** Thangan, it's time to wake up. Remember, don't try to move. Just listen to my instructions.

**THANGAN:** I'm ready.

**WAGDY:** Start at the Sylvian fissure and inch up the precentral gyrus. We use a constant current, starting at one milliamp. I move the electrode one centimetre at a time, even in normal motor cortex there is a high risk of triggering a seizure. If this happens you have the saline.

**MENDOZA:** Ready, Thangan?

**WAGDY:** On.

**MENDOZA:** Eye closure left.

**WAGDY:** On.

**MENDOZA:** Cheek and eye—twitching left.

**WAGDY:** On.

**MENDOZA:** Corner of the mouth curves up, like a fragment of a smile—left.

**WAGDY:** On.

இருக்கவேண்டும். ஏனென்றால் நீங்கள் பீதியடைந்தால் உங்கள் இதயத்துடிப்பு வீதமும் இரத்த அழுத்தமும் உங்கள் மூளையின் இரத்தப் பரப்புதலைப் பாதிக்கலாம்.

**தங்கன்:** எனக்குப் பயமாக இருந்தால்?

**மெண்டோசா:** என்னிடம் சொல்லுங்கள்.

*(அறுவைச்சிகிச்சை வைத்தியரும் உதவியாளரும் தாங்கள் தயாராகிவிட்டதை உணர்த்துகிறார்கள். தங்கன் மயக்க நிலையை அடைகிறான்.)*

**வாக்டி:** காதுமுன் குருத்தெலும்புக்கு சற்று முன்னதாக ஆரம்பித்து, நாங்கள் ஒரு வளைகோட்டு வடிவமாக வெட்டுகிறோம். அறுவைக்கத்தி மறுதலையான கேள்விக்குறியைக் கீறுகிறது. இப்பொழுது மூளை வன்கவசத்தை மேலே மண்டையோட்டின் உச்சியிலிருந்தும், கீழே புறநாளங்களிலிருந்தும் கூறுபடுத்துவோம். கவனமாக கவனமாக கவனமாக. எல்லாமே பிசுபிசுப்பாக இருக்கும். தரைக்கம்பளத்தில் ஒட்டுண்ட அதுக்கும் சவ்வுபோல.

*(அவர் கூறுபடுத்துகிறார்.)*

அதோ இருக்கிறது. புறணி. உணர்வுநிலையின் உள்ளடக்கம். நுண்ணிய நூல்வலைபோன்ற மூளை மென்கவச உறையின் கீழ் மர்மமாக . . . இன்னும் வரையப்படாத வரையப்படாத தேசம்.

**உதவியாளர்:** நாங்கள் இப்போது வரைபடம் உருவாக்கப்போகிறோமா?

**வாக்டி:** மேம்போக்காகச் சொன்னால் ஆம். உணர்வகற்றி மருந்தைத் தணியுங்கள்.

**மெண்டோசா:** தங்கன். விழிப்பதற்கான நேரம் இதுதான். நினைவிருக்கட்டும். அசைய முயற்சிக்க வேண்டாம். நான் சொல்கின்றபடி செய்தால் போதும்.

**தங்கன்:** நான் தயார்.

**வாக்டி:** பக்கவாட்டுப் பிளவில் ஆரம்பித்து அங்குலம் அங்குலமாக மத்தியமுன் மூளை மடிப்புச்சுருள் நோக்கி நகருங்கள். நாங்கள் ஒரு மில்லி அம்பியர் அளவிலிருந்து ஆரம்பித்துச் சீரான மின்னோட்டத்தைப் பாய்ச்சுவோம். நான் மின்வாயை ஒவ்வொரு சென்றிமீற்றராக நகர்த்துவேன். வளமைநிலையிலுள்ள இயக்கிப் புரணியில்கூட இது வலிப்பைத் தூண்டும் வாய்ப்பு அதிகம் உள்ளது. அப்படி நடந்தால் உங்களிடம் உப்புநீர் உள்ளது.

**MENDOZA:** Thumb and mouth—left. I'm seeing after-discharges.

**WAGDY:** Yes—this is the focus—

**MENDOZA:** Elbow twitches—left.

**THANGAN:** I feel a pulling—

**WAGDY:** Focal seizure activity?

**MENDOZA:** Yes.

**FIRST ASSISTANT:** Saline?

**WAGDY:** Enough. On.

**MENDOZA:** Shoulder. Left.

**WAGDY:** Good. That is the boundary of the resection. Mark it.

**MENDOZA:** Good, Thangan. Well done.

**THANGAN:** That's it. Just movement. No meaning. No intent. I want to move it for the last time. Mark it.

*He moves his left hand.*

*From here on* THANGAN *cannot move his left hand again.*

**WAGDY:** Restore the anaesthetic.

*Pause.*

We strive to enter and leave, like the ether, without a trace. But today I exchange one scar for another.

*He resects.*

**மென்டோசா:** தயாரா தங்கன்?

**வாக்டி:** இப்போது.

**மென்டோசா:** இடது கண் மூடுகிறது.

**வாக்டி:** இப்போது.

**மென்டோசா:** கன்னமும் கண்ணும். இடப்புறம் துடிக்கிறது.

**வாக்டி:** இப்போது.

**மென்டோசா:** வாயின் ஓரம் மேலே வளைகிறது. ஒரு சிரிப்பின் எச்சம்போல. இடதுபுறம்.

**வாக்டி:** இப்போது

**மென்டோசா:** பெருவிரலும் வாயும். இடது. எனக்குப் பின்வெளியேற்றங்கள் தெரிகிறது.

**வாக்டி:** ஆம் இதுதான் குவியம்.

**மென்டோசா:** தோள் துடிக்கிறது. இடது.

**தங்கன்:** இழுப்பதுபோல உணர்கிறேன்.

**வாக்டி:** குறைவலிப்பின் ஆரம்பம்?

**மென்டோசா:** ஆம்.

**உதவியாளர்:** உப்புநீர்?

**வாக்டி:** போதும். இப்போது.

**மென்டோசா:** தோள். இடது.

**வாக்டி:** நல்லது. அதுதான் வெட்டியகற்றவேண்டிய பகுதியின் எல்லை. குறித்துக் கொள்ளுங்கள்.

**மென்டோசா:** நல்லது தங்கன். வாழ்த்துகள்.

The neuropsychologist is sure that this man's language and verbal memory functions localize to the left hemisphere. So, does it matter if we remove the whole right temporal lobe?

**FIRST ASSISTANT:** No.

**WAGDY:** How well did you review the chart? Did you talk to the patient? Yet you are ready to aspirate, coagulate, cut, and burn through this enchanted loom. Do you know what is woven within? Poetry. Poetry is woven within.

*WAGDY resects. Stops. He nods at MENDOZA, who begins to lighten the anaesthetic.*

**MENDOZA:** Wagdy, he's coming to.

**THANGAN:** I have a bad headache.

**MENDOZA:** Concentrate now. It's time for the pictures. Remember full sentences.

**WAGDY:** Now we stimulate the right temporal lobe; if his speech is impaired, then taking that tissue will permanently compromise his ability to speak. He asked me to paralyze his hand. I have done it. I will not also silence him.

Begin. Right posterior superior temporal gyrus—on.

**MENDOZA:** *(to THANGAN)* What do you see?

*She begins to show THANGAN a series of pictures on a flip chart.*

**THANGAN:** There is a chair underneath a shady tree—

**WAGDY:** Anterior superior temporal gyrus—on.

**MENDOZA:** Keep talking, identifying the pictures. Use full sentences.

**THANGAN:** A field of red tulips.

**WAGDY:** On.

**தங்கன்:** அவ்வளவுதான். வெறும் அசைவுகள். அர்த்தம் எதுவுமில்லை. நோக்கம் எதுவுமில்லை. நான் கடைசியாக ஒருமுறை அசைக்க விரும்புகிறேன். குறித்துக்கொள்ளுங்கள்.

*(இடது கையை அசைக்கிறார்.)*

*(வாக்டி அறுவையை மேற்கொள்கிறார். இதற்குப் பிறகு தங்கன் தன் இடதுகையை அசைக்க முடியாது.)*

**வாக்டி:** உணர்வகற்றி மருந்தை மீண்டும் வழங்குங்கள். வாயுபோல தடயங்கள் எதையும் விடாது உள்நுழைந்து வெளியேறவே நாம் முயலுகிறோம். இன்று நாம் ஒரு காயத்திற்கு மாற்றீடாக இன்னொரு காயத்தை உருவாக்குகிறோம்.

*(அறுவைச் சிகிச்சையைத் தொடர்கிறார்.)*

இந்த மனிதனின் மொழிச் செயற்பாடுகளும் வாய்வழி நினைவுகளின் செயற்பாடும் இடது கோளத்திலேயிருந்துதான் எழுகிறது என நரம்பியல் உளநல வல்லுனர் நம்புகின்றார். ஆகவே, நாங்கள் வலது கன்னமடல் முழுவதையுமே அகற்றிவிட்டாலும் ஏதாவது பாதகம் உண்டா?

**உதவியாளர்:** இல்லை.

**வாக்டி:** நோய்நிலைக் குறிப்பேட்டை எவ்வளவுதூரம் சீராய்ந்தீர்கள்? நோயாளியுடன் பேசினீர்களா? இருந்தபோதும் அவரின் மந்திரத் தறியை உறிஞ்சவும், உறையவைக்கவும், வெட்டவும், எரிக்கவும் நீங்கள் தயார். இதற்குள்ளே என்ன நெய்யப்பட்டிருக்கிறது என்று தெரியுமா? கவிதை. கவிதை இதற்குள்ளே நெய்யப்பட்டிருக்கிறது.

*(வாக்டி அறுவைச் சிகிச்சையைத் தொடர்கிறார். பின்னர் நிறுத்தி மென்டோசாவையும் உதவியாளரையும் நோக்கி உணர்வகற்றி மருந்தைத் தணிக்குமாறு சைகை காட்டுகிறார்.)*

**மென்டோசா:** வாக்டி, அவர் உணர்வுநிலைக்குத் திரும்பிக் கொண்டிருக்கிறார்.

**தங்கன்:** எனக்கு மோசமாகத் தலை வலிக்கிறது.

**மென்டோசா:** இப்பொழுது கவனியுங்கள். இது படங்களுக்கான தருணம். நினைவிருக்கட்டும்—முழுமையான வசனங்கள்.

**THANGAN:** A clock tower. It's Big Ben—

**MENDOZA:** Good.

**WAGDY:** On—middle gyrus—anterior.

**THANGAN:** This is a— I don't feel normal, I don't know if it's in my dreams or not . . .

**MENDOZA:** What do you *see* Thangan?

*Almost simultaneously:*

**THANGAN:** Elephant—          **MENDOZA:** Good

**WAGDY:** On—inferior gyrus anterior.

*(to FIRST ASSISTANT)* Gentle traction now. Moving towards the mesial temporal lobe . . .

**THANGAN:** A familiar sight dancing before my eyes. The jungle—

**MENDOZA:** Stay with the pictures—

**WAGDY:** Hippocampus.

**THANGAN:** People, crowds of people . . . walking . . . fleeing . . . a shopping mall . . .

**MENDOZA:** Good— Stay with me . . .

**THANGAN:** But something familiar is here. And away again. The jungle—

**MENDOZA:** Stay with me . . .

**WAGDY:** On—inferior surface—parahippocampal gyrus.

**THANGAN:** And again, am I dreaming? Am I dreaming?

**வாக்டி:** இப்பொழுது நாங்கள் வலது கன்ன மடலைத் தூண்டுகிறோம். தூண்டலின் உயர் செறிவு எந்தக் கணத்திலாவது அவரின் மொழிவன்மையை இடையூறு செய்தால், அந்த இழைமத்தை எடுத்து விடுவது அவரது பேசும் வல்லமையைப் பாதிக்கும். அவரின் உடன்பாட்டுடன் அவரின் கையை முடமாக்கியுள்ளேன். ஆனால் அவரை ஊமையாக்கமாட்டேன். தொடங்குங்கள். வலது பின் மேல் கன்ன மூளை மடிப்புச்சுருள். இப்போது.

**மென்டோசா:** *(தங்கனிடம்)* உங்களுக்கு என்ன தெரிகிறது?

*(மென்டோசா தங்கனுக்கு ஒரு தொகுதி படங்களைக் காண்பிக்கிறார்.)*

**தங்கன்:** ஒரு நிழல்தரும் மரத்தின் கீழே ஒரு நாற்காலி இருக்கிறது.

**வாக்டி:** முன் மேல் கன்ன மூளை மடிப்புச்சுருள். இப்போது.

**மென்டோசா:** தொடர்ந்து பேசுங்கள். படங்களை அடையாளங்காட்டுங்கள். முழுமையான வசனங்களைப் பயன்படுத்துங்கள்.

**தங்கன்:** செந்நிறக் காட்டுச்செண்பகப் பூக்கள் நிறைந்ததொரு வயல்.

**வாக்டி:** இப்போது.

**தங்கன்:** ஒரு மணிக்கூட்டுக் கோபுரம். பிக் பென்.

**மென்டோசா:** நல்லது.

**வாக்டி:** இப்போது. நடு மூளை மடிப்புச்சுருள் முற்புறம்.

**தங்கன்:** இது ஒரு . . . நான் இயல்பாக உணரவில்லை. இது எனது கனவா இல்லையா என எனக்குத் தெரியவில்லை.

**மென்டோசா:** உங்களுக்கு என்ன தெரிகிறது தங்கன்?

**தங்கன்:** யானை.

**மென்டோசா:** *(ஏறக்குறைய தங்கன் பேசும் அதேநேரத்தில்)* நல்லது.

**வாக்டி:** இப்போது—தாழ் மூளை மடிப்புச்சுருள் முற்புறம்.

*(முதலாம் உதவியாளரை நோக்கி.)*

MENDOZA: What do you see?

THANGAN: It's dark and I smell something burning. The jungle. The Tigers. Something is burning.

*Very slowly* THANGAN *sits up so that his head is now in front of the curtain. As this occurs the operating room fades away. We hear the sound of a man moving quietly through the forest, coming to a rest.* KAVALAN *appears. He is dirty, exhausted, injured, barefoot.*

Am I dreaming?

KAVALAN: No, Appa.

THANGAN *reaches out, a movement reminiscent of his seizures.*

This is the cage.

THANGAN: Mahan. You are thin, so tall, so like your brother. You're hurt. Where? Where are you? Alive—

KAVALAN: Still alive—

THANGAN: You are alive. I am dreaming.

KAVALAN: For a few more hours. I am still alive.

KAVALAN *strains to see the apparition of his father, in disbelief.*

Appa? Where are you? Your skull—are you wounded? You look like—

THANGAN: No, mahan, kavalai padaatha *[don't worry]*. It's not important. I am in a hospital. I have fits. I'm getting treatment; I'll be born again.

KAVALAN *laughs.*

KAVALAN: Perhaps it will happen to you. I was born again in the jungle, but she too will surrender me. I'm running. Bleeding. So tired.

இப்போது மென்மையாக நடமாடவேண்டும். மையக் கன்ன மடலை நோக்கி நகர்கிறோம்.

**தங்கன்:** எனது மனதுக்கு நெருக்கமானதொரு காட்சி என் கண்முன் தாண்டவமாடுகிறது. காடு.

**மென்டோசா:** படங்களுடன் ஒன்றித்திருங்கள்.

**வாக்டி:** மூளைப் பின்மேடு.

**தங்கன்:** மக்கள். திரளான மக்கள். நடந்துகொண்டு, ஓட்டமெடுத்துக்கொண்டு, ஒரு கடைத்தொகுதி.

**மென்டோசா:** நல்லது. என்னோடு உடனிருங்கள்.

**தங்கன்:** ஆனால் பழக்கமான ஏதோவொன்று இங்கே இருக்கிறது. மீண்டும் தூரப்போய்விட்டது. காடு.

**மென்டோசா:** என்னோடு உடனிருங்கள்.

**வாக்டி:** தாழ் மேற்புரப்—துணை மூளைப்பின்மேட்டு மூளை மடிப்புச்சுருள்.

**தங்கன்:** மீண்டும் அதே, நான் கனவு காண்கிறேனா? நான் காண்பது கனவா?

**மென்டோசா:** உங்களுக்கு என்ன தெரிகிறது?

**தங்கன்:** இருளாக இருக்கிறது. ஏதோ கருகும் வாசைன வருகிறது. காடு. புலிகள். ஏதோ எரிகிறது.

*(தங்கன் மிக மெதுவாக, தனது தலை திரைச் சீலைக்கு முன் இருக்கும்வகையிலே எழுந்திருக்கிறான். இது நடக்கும்பொழுது அறுவைச்சிகிச்சைக் கூடத்தில் ஒளி மங்கிப் போகவேண்டும். ஒரு மனிதன் காட்டின் ஊடாக சலனமின்றி அசைந்து பின் அமைதியாகும் ஓசை கேட்கிறது. காவலன் தோன்றுகிறான். அவன் அழுக்குடனும், களைத்துப்போயும், காயமுற்றும், வெறுங்காலுடனும் இருக்கிறான்.)*

**தங்கன்:** நான் கனவு காணுகிறேனே?

**காவலன்:** இல்லை. இது நான்தான்.

THANGAN: You can't stop now . . .

KAVALAN: There is nowhere to run. Why do you speak now, Appa? What do you want from me?

THANGAN: I have no right to ask. Why do you answer now?

*The sound of heavy machinery moving through jungle is heard.*

The army . . . I can hear tanks. They are close. The mud will snare them. You'll be safe in the jungle. Go deeper.

KAVALAN: No. They advance on all sides. But I won't be slaughtered like a dog. I live or die by my own hand. In my motherland.

THANGAN: You have orders?

KAVALAN: I will not be captured alive.

THANGAN: You will take the capsule?

KAVALAN: Yes.

KAVALAN *fingers the cyanide capsule around his neck.*

She is my destiny. I will keep her secrets forever.

THANGAN: So you are a *black* Tiger—son.

KAVALAN: I said I was born again here in this jungle. Adopted into the camps my brothers, sisters, mother, and fathers are the cadre one and all.

THANGAN: Mahan, I am your father—

KAVALAN: Appa? No, you are Thangarajah. Oh generous king. They told me she sold me in exchange for you . . . They made me a kitchen boy. I was lucky. I served our leader at his table. He singled *me* out to serve him. He called me little cobra because I am patient and know when to hide, when to strike. I rose in the

*(தங்கன் தனது வலிப்புகளின்போது செய்ததுபோல கையை நீட்டுகிறான்.)*

இதுதான் அந்தக் கூண்டு.

**தங்கன்:** மகன் நீ மெலிஞ்சுபோய் இருக்கிறாய். நல்லா வளர்ந்திட்டாய். சரியாய் உன்ரை தம்பி மாதிரி. நீ காயப்பட்டிருக்கிறாயே? எங்க? நீ எங்க இருக்கிறாய்? உயிரோட.

**காவலன்:** இன்னும் உயிரோட.

**தங்கன்:** நீ உயிரோட இருக்கிறாய். நான் கனவுதான் காணுறன்.

**காவலன்:** இன்னும் கொஞ்ச நேரத்துக்குத்தான். நான் இன்னும் உயிரோடதான் இருக்கிறன்.

*(தனது தந்தையின் தோற்றத்தை நம்ப முடியாதவனாகக் கூர்ந்து நோக்குகிறான்.)*

அப்பா? நீங்கள் எங்க இருக்கிறீங்கள்? உங்கட மண்டை . . . நீங்கள் காயப்பட்டிருக்கிறீங்களே? உங்களப் பாத்தா . . .

**தங்கன்:** இல்லை மகன். கவலைப்படாத. அது முக்கியமில்லை. நான் ஒரு வைத்தியசாலையில இருக்கிறன். எனக்கு வலிப்பு வாறது. அதுக்கு சிகிச்சை எடுத்துக்கொண்டிருக்கிறன். நான் புதிசாய்ப் பிறப்பன்.

**காவலன்:** *(சிரிக்கிறான்)* அது உங்களுக்கு நடக்கலாம். நான் காட்டுக்குள்ளதான் புதிசாய்ப் பிறந்தனான். ஆனால் காடும் என்னைக் காவு குடுத்திடும். நான் ஓடிக்கொண்டிருக்கிறன். இரத்தம் வழிய வழிய. நான் களைச்சுப்போனன்.

**தங்கன்:** நீ இப்ப நிப்பாட்டேலாது மகன்.

**காவலன்:** ஓடி ஒளியிறத்துக்கு ஒரு இடமும் இல்லை. நீங்கள் ஏன் இப்ப என்னோட கதைக்கிறீங்கள் அப்பா? உங்களுக்கு என்னட்டை இருந்து என்ன வேணும்?

**தங்கன்:** கேட்கிறதுக்கு எனக்கு எந்த உரிமையும் இல்லை. நீ ஏன் எனக்கு இப்ப பதில் சொல்லுறாய்?

*(இராணுவ தாங்கிகளின் ஒலி கேட்கிறது.)*

ranks to become the commanding officer of a platoon of boys when I was sixteen years old. They worshipped me. I protected them.

THANGAN: And who protects you? Did he protect you?

KAVALAN: Does she still protect you?

THANGAN: None of us are gods, mahan.

KAVALAN: Does she dance? Does she still dance?

THANGAN: No. Be still, mahan. Let me look at you . . .

THANGAN *stretches out his right arm.*

. . . hold you. Kavalan. Kavalan Kunju.

KAVALAN: I am squadron leader—a tactical genius. I am the master behind the Katunayake bombing. I drove a shuttle to the airport for months before the operation. I listened to the talk of the soldiers and the factory girls who rode in my shuttle. In whispers and boasts, pairs of lovers revealed their secret midnight rendezvous spot—a hole the soldiers cut in the electric fences to let the girls in. So carelessly hidden. So easily found. We must have gone in and out at least ten times to plot the perfect position for each sniper, each bomb. The night before the operation we played cricket on the green. The army boys were bored. They watched us from their lookout posts. I'm a very good bowler.

THANGAN: So I taught you something, son—

KAVALAN: You taught me nothing. At dawn we decimated the air force, set all the fucking Kaffirs ablaze. It was a glorious sunrise.

THANGAN: You were always meticulous. Patient. You used to watch the stars, plot their trajectories.

KAVALAN: The Kefirs exploded like supernovas . . .

THANGAN: So much waste.

ஆர்மி. தாங்கிகளின்டை சத்தம் கேட்குது. கிட்ட வந்திட்டாங்கள். இந்தச் சகதி அவங்களைச் சிக்கவைக்கும். நீ காட்டுக்குள்ள பாதுகாப்பாய் இருக்கலாம். இன்னும் ஆழ ஊடுருவிப்போ.

**காவலன்:** இல்லை. அவங்கள் எல்லாப் பக்கத்தாலயும் முன்னேறுறாங்கள். ஆனால் நான் ஒரு நாய்மாதிரிக் கொல்லப்படமாட்டன். நான் வாழ்ந்தாலும் செத்தாலும் என்ரை கையாலதான். என்ரை தாய் நாட்டிலதான்.

**தங்கன்:** உனக்குக் கட்டளை போட்டவையே?

**காவலன்:** நான் உயிரோட பிடிபடமாட்டன்.

**தங்கன்:** நீ குப்பியடிப்பியே?

**காவலன்:** ஓம்.

*(கழுத்திலிருக்கும் சயனைட் குப்பியை விரல்களால் வருடுகிறான்.)*

இவள்தான் என்ரை விதி. இவளின்ற இரகசியங்களை நான் கடைசிவரைக்கும் காப்பாத்துவன்.

**தங்கன்:** நீயும் ஒரு கரும்புலியே மகன்?

**காவலன்:** நான் இந்தக் காட்டுக்குள்ள மீளப் பிறந்தனான் எண்டு சொன்னனான். பாசறைகளுக்குள்ள தத்தெடுக்கப்பட்டனான் என்ரை சகோதரர்கள், சகோதரிகள், அம்மாமார், அப்பாமார், எல்லாம் என்ரை சகபோராளிகள்தான்.

**தங்கன்:** மகன், நான்தான் உன்ரை அப்பா.

**காவலன்:** அப்பாவோ? இல்லை நீங்கள் தங்கராஜா பெருமாளதுரை ... மகாராசா . . . உங்களுக்குப் பதிலாத்தான் அவ என்னை வித்தவ எண்டு சொன்னவை. என்னைச் சமயல்காரனாக்கிச்சினம். எனக்கு வாய்ப்புத்தான். எங்கட தலைவருக்கு அவற்றை மேசையிலயே நான் பரிமாறினனான். அவர்தான் என்னைத் தெரிவுசெய்தவர். அவர் என்னைக் குட்டி நாகம் எண்டு கூப்பிட்டவர். ஏனென்டால் பொறுமையாய் இருந்து எப்ப ஒளிக்கிறது எப்ப தாக்கிறது எண்டு எனக்குத் தெரியும். நான் படிப்படியாய் உயர்ந்து எனக்குப் பதினாறு வயது இருக்கேக்கையே ஒரு படைப்பிரிவுக்குப் பொறுப்பதிகாரியாய் ஆகினனான். அந்தப் பொடியங்கள் என்னை வழிபடாதகுறை. நான் அவங்களைப் பாதுகாத்தனான்.

KAVALAN: I am as you wrote we would become. The voice of a childless, ruthless, abandoned people. Tell me, who wasted me? You are the talker, the writer.

THANGAN: I am not a writer. I have nothing to say.

KAVALAN: I am a fighter. Yes, a killer of soldiers, traitors, farmers. I have killed children to spare them my fate.

THANGAN: Mahan—

KAVALAN: I am childless, ruthless—

THANGAN: Still my child.

KAVALAN: I never killed with pleasure, never unnecessarily.

THANGAN: Did you ever love?

KAVALAN: Does love absolve you?

THANGAN: Yes. I will live because of love or die because of love.

KAVALAN: I will die a soldier. For our cause. For our freedom. For our leader, for my father.

*The sounds of branches creaking and snapping and gunfire are closer now.*

Tell me about thangachi *[younger sister]*. Who is she?

THANGAN: Kavitha. She is pure light.

KAVALAN: She visits my dreams.

THANGAN: She imagines that you protect her. She talks to you. Do you hear her?

KAVALAN: Yes. She asks too many questions. And thambi *[younger brother]*?

THANGAN: Kanan is coming for you.

**தங்கன்:** சரி, உன்னை யார் பாதுகாக்கிறது? அவர் உன்னைப் பாதுகாத்தவரே?

**காவலன்:** அவ இப்பவும் உங்களைப் பாதுகாக்கிறாவே?

**தங்கன்:** நாங்கள் ஒருத்தருமே கடவுள் இல்லை மகன்.

**காவலன்:** அவ டான்ஸ் ஆடுறவவே? இப்பவும் அவ ஆடுறவவே?

**தங்கன்:** இல்லை. அசையாமல் இருமகன். உன்னை ஒருக்காப் பார்க்க என்னை விடு.

*(வலது கரத்தை நீட்டி.)*

உன்னை ஒருக்கா அணைக்க விடு. காவலன். குஞ்சு.

**காவலன்:** நான் ஒரு படையணித் தளபதி. போர்த்தந்திரத்தில விண்ணன். கட்டுநாயக்கா தாக்குதலைத் திட்டமிட்ட முக்கியமான ஆக்கள்ள நானும் ஓராள். தாக்குதலுக்கு முதல் இரவில நாங்கள் புல்த்தரையில கிரிக்கட் விளையாடினனாங்கள். ஆர்மிக்காரப் பெடியளுக்கு போரடிச்சிருக்க வேணும். அவங்களும் தங்கட நிலையள்ளை நிண்டபடி எங்கட விளையாட்டைப் பாத்துவங்கள். நான் நல்ல திறமான போளர்.

**தங்கன்:** அப்ப நான் உனக்கு ஏதோ ஒன்று சொல்லித்தந்திருக்கிறன் மகன்.

**காவலன்:** நீங்கள் எனக்கு ஒண்டுமே சொல்லித்தரேல்லை. விடியேக்கை வான்படையை நாங்கள் நிர்மூலமாக்கிப் போட்டம். நாசமாய்ப்போன கிபீர் எல்லாத்தையும் கொழுத்தி விட்டுட்டம். அது ஒரு அற்புதமான விடியல்.

**தங்கன்:** நீ எப்பவுமே உன்னிப்பானவன். பொறுமையானவன். நீ நட்சத்திரங்களைப் பார்த்து அதுகளின்றை பாதையை வரைஞ்சு வைக்கிறனி.

**காவலன்:** கிபீரெல்லாம் வால்வெள்ளி மாதிரி வெடிச்சுச் சிதறிச்சுது.

**தங்கன்:** எவ்வளவு அழிவு.

**காவலன்:** நாங்கள் எப்பிடி வருவம் எண்டு நீங்கள் எழுதினீங்களோ அப்பிடித்தான் நான் வந்திருக்கிறன். இரக்கமில்லாத, பிள்ளைகளில்லாத, கைவிடப்பட்ட ஒரு மக்கள் கூட்டத்தின்ற குரல். என்னை யார் அழியவிட்டது சொல்லுங்கோ பாப்பம்? நீங்கள்தானே பேச்சாளர், எழுத்தாளர்.

**KAVALAN:** He comes too late. How I wish to hear his laughter.

**THANGAN:** Like a river it was, your laughter, the two of you—

**KAVALAN:** A dream, Thangan.

**THANGAN:** And this?

**KAVALAN:** My pain is real. I feel it now.

**THANGAN:** You are no stranger to pain.

**KAVALAN:** It's the beginning and the end, isn't it?

**THANGAN:** I remember the day you were born—your amma's cries—

**KAVALAN:** I have no mother.

**THANGAN:** Of course you can't understand— Mahan, she—

**KAVALAN:** Tell my brother to bring her my bones.

*Silence.*

**THANGAN:** If she had her life to live again, she would have chosen you.

**KAVALAN:** Too late.

**THANGAN:** She loves you.

**KAVALAN:** What is love? Love has nothing to do with survival.

**THANGAN:** And how could you understand? Soldier.

**KAVALAN:** You think a soldier has no eyes, has no soul? I have seen love more beautiful and tender than you can imagine.

One night, the army barricaded a man and woman inside their house because they'd given us rice. Then they set it on fire. Their girl and boy, they had hidden

**தங்கன்:** நான் எழுத்தாளனில்லை. எனக்குச் சொல்லுறத்துக்கு ஒண்டுமில்லை.

**காவலன்:** நான் ஒரு போராளி. ஓம் இராணுவத்தின்ரை, துரோகிகளின்ரை, தோட்டக்காரங்களின்ரை கொலையாளி. என்ரை நிலமை அதுகளுக்கும் வந்திடக்கூடாது எண்டிறதுக்காக நான் பிள்ளைகளையும் கொண்டிருக்கிறன்.

**தங்கன்:** மகன்.

**காவலன்:** எனக்குப் பிள்ளைகளில்லை. இரக்கமில்லை.

**தங்கன்:** நீ இப்பவும் என்ரை பிள்ளைதான்.

**காவலன்:** நான் ஒரு போதும் சந்தோசமாய்க் கொல்லேல்லை. தேவையில்லாமலும் கொல்லேல்லை.

**தங்கன்:** நீ எப்பவாவது அன்பு செய்தனியே?

**காவலன்:** அன்பு பாவத்திலயிருந்து விடுதலை தருமே?

**தங்கன்:** ஓம். நான் வாழ்ந்தாலும் அன்பாலதான் வாழ்வன். செத்தாலும் அன்பாலதான் சாவன்.

**காவலன்:** நான் சாவன். ஒரு பேராளியாச் சாவன். எங்கடை விடுதலைக்காக. எங்கடை தலைவருக்காக. என்ரை தகப்பனுக்காக.

*(கிளைகள் முறியும் ஒலியும் துப்பாக்கி ஒலியும் அண்மித்துக் கேட்கின்றன.)*

தங்கச்சியைப் பற்றிச் சொல்லுங்கோ. யார் அவள்?

**தங்கன்:** கவிதா. கள்ளங்கபடமில்லாத ஒளி அவள்.

**காவலன்:** என்ரை கனவில வந்து சந்திக்கிறவள்.

**தங்கன்:** நீ தன்னைப் பாதுகாக்கிறாய் எண்டு அவள் நினைக்கிறாள். அவள் உன்னோட கதைக்கிறவள். உனக்கு அவளின்ர குரல் கேட்கிறதே?

**காவலன்:** ஓம். கனக்கக் கேள்வி கேட்டுக்கொண்டிருப்பாள். வாயாடி. தம்பியைப் பற்றிச் சொல்லுங்கோ.

*(கண்ணன் பற்றிக் கேட்கிறான்.)*

them in the compound, came out screaming as they saw their parents burn. Tearing at the doors of the house. The soldiers watched the flames loosen the bolt and a woman appeared, aflame. She gathered her children to her breast and returned to the burning house. I was twelve. I watched them from the jungle until the hut burnt to the ground. Love in a crucible. Nothing but dust by dawn. That is the meaning of love.

*The sounds become menacing—entire trees are creaking and breaking.*

It cannot inhabit this world.

THANGAN: It has nothing to do with survival.

KAVALAN: I must go. I have served my purpose.

THANGAN: Are you afraid?

KAVALAN: Of death, or this life?

THANGAN: Tell me what you remember, son, tell me more. Stay, son, and tell me who you are.

KAVALAN: I never chose, Appa. Their thunder gathers force, the jungle surrenders us. We are the last Tigers. Remember me.

THANGAN: I will tell your story—you will live—and no one will relive this. We will learn, my son; we will learn. My precious Kavalan, you are not wasted.

KAVALAN: Why didn't she come back for me?

THANGAN: I am here. I will not leave you.

*The sounds of the tanks are getting closer and closer.* KAVALAN *fingers the cyanide capsule.*

KAVALAN: Now I choose.

*He puts the capsule in his mouth.*

Appa, don't let me die here alone.

**தங்கன்:** கண்ணன் உன்னைத் தேடி வந்துகொண்டிருக்கிறான்.

**காவலன்:** அவன் வாறது பிந்திப்போச்சு. அவன்ற சிரிப்பைக் கேட்க எவ்வளவு ஆசையாய் இருக்கு.

**தங்கன்:** ஒரு ஆறுமாதிரி உங்கட சிரிப்பு. இரண்டு பேரின்றையும்.

**காவலன்:** அது ஒரு கனவு தங்கன்.

**தங்கன்:** அப்ப இது?

**காவலன்:** என்ரை வலி உண்மை. அதை நான் இப்ப உணருறன்.

**தங்கன்:** வலி உனக்குப் புதிசில்லை.

**காவலன்:** அதுதான் தொடக்கமும் முடிவும் இல்லையே.

**தங்கன்:** நீ பிறந்த நாள் எனக்கு நினைவிருக்கு. உன்ரை அம்மாவின்ற அழுகை

**காவலன்:** எனக்கு அம்மா இல்லை.

**தங்கன்:** உனக்கு விளங்கேலாமல்தான் இருக்கும். மகன் அவ

**காவலன்:** என்ரை எலும்புகளை எடுத்துக்கொண்டுபோய் அவவிட்டக் குடுக்கச் சொல்லி என்ரை தம்பீற்றைச் சொல்லுங்கோ.

*(அமைதி.)*

**தங்கன்:** அவவால தன்ரை வாழ்க்கையைத் திரும்பி ஒருக்கா வாழ முடியுமெண்டா அவ உன்னைத்தான் தெரிவு செய்வா.

**காவலன்:** காலம் கடந்துபோச்சு.

**தங்கன்:** அவ உன்னை அன்பு செய்யிறா.

**காவலன்:** அன்பெண்டா என்ன? தப்பிப்பிழைக்கிறதுக்கும் அன்புக்கும் ஒரு சம்பந்தமும் இல்லை.

**தங்கன்:** அது உனக்கெப்பிடி விளங்கும்? போராளி.

**THANGAN:** You are not alone. My little son, my boy. She said she would come back. She sent me. I am with you. Here with you always. I love you, Kavalan.

**KAVALAN:** I believe you, Appa.

*KAVALAN bites down on the capsule to release the cyanide.*

**காவலன்:** போராளியெண்டா அவனுக்குக் கண்ணில்லை ஆன்மா இல்லை எண்டே நினைக்கிறீங்கள்? உங்களால கற்பனை பண்ணிக்கூடப் பார்க்கமுடியாத அளவுக்கு அழகான மென்மையான அன்பை நான் பார்த்திருக்கிறன்.

ஒருநாளிரவு, எங்களுக்குச் சோறு தந்ததுக்காக ஒரு மனுசனையும் மனுசியையும் ஆமி அவையின்ற வீட்டுக்கை வைச்சுச் சுத்திவளைச்சுட்டாங்கள். பிறகு வீட்டுக்கு நெருப்பு மூட்டிவிட்டுட்டாங்கள். அவயின்ற மகனும் மகளும் வளவுக்குள்ள ஒளிச்சிருந்ததுகள், தாய் தகப்பன் எறியிறதைக் கண்டவுடன கதறிக்கொண்டு வெளிய வந்துதுகள். நெருப்பு கதவை எரிக்க, ஆமிக்காரர் பார்த்துக்கொண்டிருக்கத்தக்கதாய், எரிஞ்சுகொண்டே அந்தப் பொம்பிளை வெளிய வந்து பிள்ளைகள் இரண்டையும் நெஞ்சோடை அணைச்சுக்கொண்டு திருப்பியும் எரியிற வீட்டுக்குள்ள போயிற்றுது. எனக்குப் பன்னிரண்டு வயது. குடிசை எரிஞ்சு சாம்பலாக மட்டும் காட்டுக்குள்ளை இருந்து பார்த்துக்கொண்டிருந்தனான். எரிதணலுக்கு நடுவில அன்பு. விடியேக்கை புழுதி மட்டுந்தான் மிஞ்சியிருந்தது. அன்பெண்டா அதுதான்.

*(அச்சமூட்டும் ஒலிகள். கிளைகளும் மரங்களும் முறிந்து விழுகின்றன.)*

அதால இந்தப் பூமியில பிழைக்க ஏலாது.

**தங்கன்:** தப்பிப்பிழைக்கிறதுக்கும் அதுக்கும் சம்பந்தமில்லை.

**காவலன்:** நான போகவேணும். நான் பிறந்ததின்றை நோக்கத்தை நான் நிறைவேற்றிற்றன்.

**தங்கன்:** உனக்குப் பயமாய் இருக்கே மகன்?

**காவலன்:** சாகிறதுக்கோ? வாழுறதுக்கோ?

**தங்கன்:** உனக்கு என்ன நினைவிருக்கெண்டு எனக்குச் சொல்லு மகன். இன்னுமின்னும் சொல்லு. நில் மகன். நிண்டு நீ யாரெண்டு எனக்குச் சொல்லு.

**காவலன்:** ஒரு தெரிவையும் நான் செய்யேல்லை. அப்பா, அவங்கட இடிமுழக்கத்தின்ற பலம் கூடுது. காடு எங்களை ஒப்படைக்கப் போகுது. நாங்கள்தான் கடைசிப் புலிகள். என்னை மறக்கவேண்டாம்.

**தங்கன்:** நான் உன்ரை கதையை எடுத்துச்சொல்லுவன். நீ வாழுவாய். ஒருத்தரும் இப்பிடியானதொரு வாழ்க்கையை இனி வாழமாட்டினம். நாங்கள்

கற்றுக்கொள்ளுவம். என்ரை மகனே நாங்கள் கற்றுக்கொள்ளுவம். என்ரை அருமந்த காவலனே நீ வீணாகப் போகேல்லை.

**காவலன்:** அவ ஏன் எனக்காகத் திருப்பி வரேல்லை?

**தங்கன்:** நான் இங்க இருக்கிறன். நான் உன்னை விட்டுட்டுப் போக மாட்டன்.

*(கனரக தாங்கிகளின் ஒலி அண்மிக்கிறது. அவன் சயனைட் குப்பியை விரல்களால் தீண்டுகிறான்.)*

**காவலன்:** இப்ப நான் தெரிவு செய்யிறன்.

*(குப்பியை வாய்க்குள் இடுகிறான்.)*

அப்பா என்னை இங்க தனியாச் சாக விடாதேங்கோ.

**தங்கன்:** நீ தனிய இல்லை மகன். என்ரை மகனே என்ரை பெடியா. அவ தான் வருவன் எண்டு சொன்னவ. அவதான் என்னை அனுப்பினவ. நான் உன்னோடைதான் இருக்கிறன். எப்போதும் உன்னோடை இங்க இருப்பன். நான் உன்னை நேசிக்கிறன் காவலன்.

**காவலன்:** நான் உங்களை நம்பிறன் அப்பா.

*(குப்பியைக் கடிக்கிறான்.)*

# SCENE SEVEN

*MENDOZA is at THANGAN's bedside. It is quiet except for the sound of THANGAN's breathing. WAGDY enters.*

**MENDOZA:** You warned me.

**WAGDY:** I committed. It was a perfect surgery. All the risks were mitigated. This isn't about risk.

*Beat.*

**MENDOZA:** Wagdy, what did he see? What was the last thing he saw? What point were you mapping when he spoke for the last time?

**WAGDY:** The inferior mesial temporal lobe.

**MENDOZA:** The burning—

**WAGDY:** The posterior temporal-occipital junction.

**MENDOZA:** Kavalan . . .

**WAGDY:** Then he fell silent. We restored the anaesthetic. We don't know.

**MENDOZA:** Kavalan—was he more than a ghost?

**WAGDY:** Milagros, we map only the rivers we can see . . .

A man without a country. A man with a wound for a home. How could he be ordinary?

## காட்சி ஏழு

*(மென்டோசா தங்கனின் கட்டிலருகே இருக்கிறார். தங்கனின் மூச்சொலி தவிர வேறெந்த ஓசையுமற்ற அமைதி. வாக்டி உள்ளே நுழைகிறார்.)*

**மென்டோசா:** நீங்கள் என்னை எச்சரித்திருந்தீர்கள்.

**வாக்டி:** நான் உடன்பட்டேன். எந்தவொரு பிழைகளுமற்றதொரு அறுவைச்சிகிச்சை அது. எல்லா ஆபத்துகளும் மட்டுப்படுத்தப்பட்டிருந்தன. ஆனால் இது ஆபத்தைப் பற்றியதல்லவே.

*(அமைதி.)*

**மென்டோசா:** வாக்டி அவர் எதைக் கண்டார்? அவர் கடைசியாகக் கண்டது எதனை? அவர் கடைசியாகப் பேசியபொழுது நீங்கள் எந்த இடத்தை வரைவு செய்துகொண்டிருந்தீர்கள்?

**வாக்டி:** தாழ் மைய கன்ன மடல்.

**மென்டோசா:** எரிதல்.

**வாக்டி:** பின் கன்ன-பிடறிச் சந்திப்பு.

**மென்டோசா:** காவலன்.

**வாக்டி:** அதன் பின் அவர் அமைதியாகி விட்டார். உணர்வகற்றி மருந்தை மீண்டும் வழங்கினோம். அதற்குமேல் எங்களுக்குத் தெரியாது.

**மென்டோசா:** காவலன். அவன் வெறும் ஆவியில்லையா?

**வாக்டி:** மென்டோசா, எங்கள் கண்களுக்குத் தெரியும் ஆறுகளுக்கு மட்டுந்தான் நாங்கள் வரைபடம் கீறுகிறோம். நாடில்லாத ஒரு மனிதன். தன்

**MENDOZA:** Did they win?

**WAGDY:** At least we fought.

*Nobody speaks. They leave.*

வீடாக ஒரு காயத்தை மட்டுமே கொண்டுள்ள மனிதன். அவன் எப்படிச் சாதாரணமானவனாக இருக்க முடியும்?

**மென்டோசா:** அவர்கள் வென்றுவிட்டார்களா?

**வாக்டி:** நாங்கள் எதிர்த்துப் போராடினோம்.

*(யாருமே பேசாமல் வெளியேறுகிறார்கள்.)*

# SCENE EIGHT

*KAVITHA and* SEVI *stand together, while* KANAN *stands separately, all keeping vigil beside* THANGAN's *body.*

**SEVI:** Kavi, what are you writing?

*KAVITHA ignores her.*

**KANAN:** No more chaos.

Just silence.

**SEVI:** Kavi?

*KAVITHA addresses* THANGAN.

**KAVITHA:** Look, Appa, I'm practising the Tamil letters . . . Ka . . . kaa . . . ki . . . kii, ku, kuu, ke, kee, kai. Kai—

*KAVITHA takes his hand.*

Kai. Vai *[mouth]*.

**KANAN:** No movement.
No sound.
No waves.
No whispers.
No voice—

# காட்சி எட்டு

*(கவிதாவும் செவ்வியும் இணைந்தும், கண்ணன் தனித்தும் தங்கனின் உடலுக்கருகில் கண்விழித்திருக்கிறார்கள்.)*

**செவ்வி:** கவி, என்ன எழுதுறீங்கள்?

*(கவிதா அவளைக் கவனிக்கவில்லை.)*

**கண்ணன்:** இனி ஒரு குழப்பமும் இல்லை. அமைதி மட்டுந்தான்.

**செவ்வி:** கவி.

**கவிதா:** *(தங்கனை நோக்கி)* பாருங்கோ அப்பா. நான் தமிழ் எழுத்துக்களைப் பிறக்டிஸ் பண்ணுறன். க . . . கா . . . கி . . . கீ . . . கு . . . கூ . . . கெ . . . கே . . .
கை. கை.

*(அவனின் கையைத் தன் கையிலெடுக்கிறாள்.)*

கை. வாய்.

**கண்ணன்:** ஒரு அசைவில்லை.
ஒலியில்லை.
அலைகள் இல்லை.
முணுமுணுப்பு இல்லை.
தூலில்லை.

**கவிதா:** கால்
கண்.

**KAVITHA:** Kal *[leg]*.

Kun *[eye]*.

**KANAN:** If I hold my breath,
No explosion,
No implosion.
Quiet.
Just breathe.
Doesn't matter.
Spent. Like the war . . .

**KAVITHA:** Breathe, Appa, breathe—

**KANAN:** The wheel is still.
You were pushing,
I was riding.
Just fucking riding.
You called me
Too late—
Now you're gone.
I am free.
To sleep.
Without dreams.

**KAVITHA:** *You* promised. You promised. Uyir. Mei. The bones. The breath!

**SEVI:** He is listening.

**KANAN:** Appa. Appa! Wake up. Look at me!

**KAVITHA:** He's not looking. He's not listening. He lied.

**SEVI:** He never lied. To anyone.

**KANAN:** Is this the way it ends?
We lost.
Is it better or worse, Appa?
That the war is over?
Does it fucking matter?

**கண்ணன்:** நான் மூச்சைப் பிடிச்சிருந்தா
எக்ஸ்புளோஷன் இல்லை
இம்புளோஷன் இல்லை
அமைதி.
வெறும் மூச்சு மட்டுந்தான்
ஒரு பயனுமில்லை.
எல்லாம் முடிஞ்சுது. போரை மாதிரியே.

**கவிதா:** பிறீத் அப்பா. மூச்சுவிடுங்கோ.

**கண்ணன்:** சக்கரம் அசையாமல் இருக்குது.
நீங்கள் அதைத் தள்ளிக்கொண்டிருந்தனீங்கள்
நான் அதிலை ரைட் பண்ணிக்கொண்டிருந்தனான்.
வெறும் ரைடிங்தான்
நீங்கள் என்னைக் கூப்பிட்டனீங்கள்.
டூ லேட்
இப்ப நீங்கள் போயிற்றீங்கள்.
நான் ஃபிரீ
நித்திரை கொள்ளுறதுக்கு.
கனவுகளில்லாமல்.

**கவிதா:** நீங்கள் புரொமிஸ் பண்ணினனீங்கள். யு புரொமிஸ்ட். உயிர். மெய். எலும்பு. மூச்சு.

**செவ்வி:** அவர் கேட்டுக்கொண்டிருக்கிறாரம்மா.

**கண்ணன்:** அப்பா. அப்பா எழும்புங்கோ. என்னைப் பாருங்கோ.

**கவிதா:** அவர் பார்க்கேல்லை. அவர் கேட்கேல்லை அவர் சொன்னது பொய்.

**செவ்வி:** அவர் ஒருபோதும் பொய் சொல்லேல்லை. ஒருத்தருக்கும்.

**கண்ணன்:** இது இப்பிடித்தானே முடியப்போகுது?
நாங்கள் தோத்திட்டம்
அது நல்லதோ கெட்டதோ அப்பா?
போர் முடிஞ்சுபோச்செண்டது?
டஸ் இற் மற்றர்?
நான் நிண்டனான் அப்பா.
நீங்கள் என்னை நிக்கச்சொல்லிக் கேட்டனீங்கள்.

I stayed, Appa . . .

You asked me to stay!

**KAVITHA:** Wake him up now! Drum.

*Beat.*

Wake him up. Use your drum! Dance!

**SEVI:** I have no special powers, kutti.

**KANAN:** The last Tiger has fallen.
The wheel stilled.

But I'm not broken.
I'm going.
Fuck your ashes.
You'll wake up.
You will wake up.
I won't be here.

I will find my brother's bones.
And scatter his ashes to the sea.

*KANAN exits.*

**SEVI:** Kavitha, Appa left this for you.

*SEVI shows KAVITHA an envelope.*

**KAVITHA:** I don't want it.

**SEVI:** It's just for you.

*Beat.*

Let me read it to you—

"Kutti . . . darling.

**கவிதா:** அவரை எழுப்புங்கோ. நவ். ட்ரம் பண்ணுங்கோ.

*(அமைதி.)*

அவரை எழுப்புங்கோ. உங்கட ட்ரம்மை அடியுங்கோ. டான்ஸ் ஆடுங்கோ.

**செவ்வி:** என்னட்டை ஒரு தெய்வீக சக்தியும் இல்லைக் குட்டி.

**கண்ணன்:** கடைசிப் புலிவீரனும் செத்துட்டான்
சக்கரம் அசையாமல் இருக்குது
ஆனால் நான் உடைஞ்சு போகேல்லை.
நான் போறன்.
உங்கட சாம்பல் நாசமாய்ப் போகட்டும்
நீங்கள் திரும்பி எழும்புவீங்கள்
யு வில் வேக் அப்
நான் இங்க இருக்கமாட்டன்
நான் என்ரை அண்ணாண்டை எலும்புகளைக் கண்டுபிடிப்பன்
அவற்றை சாம்பலைக் கடலில கரைப்பன்.

*(கண்ணன் வெளியேறுகிறான்.)*

**செவ்வி:** கவிதா, அப்பா இதை உங்களுக்காக விட்டுட்டுப் போனவர்.

*(கவிதாவுக்கு ஒரு கடித உறையைக் காட்டுகிறாள்.)*

**கவிதா:** எனக்கு வேண்டாம்.

**செவ்வி:** இது உங்களுக்கு மட்டுந்தான்

*(அமைதி.)*

நான் வாசிச்சுக்காட்டுறன்.

*(செவ்வி கடிதத்தைப் படிக்கிறாள்)*

என்ரை குட்டி . . . இராசாத்தி

நான் உங்களுக்குச் சொல்லுறதுக்குக் கடைசியாய் ஒரு கதை
வைச்சிருக்கிறன் . . . எல்லாக் கதைகளின்ரயும் தொடக்கத்தைப் பற்றி.

"I have one last story to tell you . . . about the beginning of all stories.

"Do you remember Yama? The one who takes your purusha and puts it in his pocket? Savitri was the only one who ever changed his mind. And she only did it once. So, if I were you, I wouldn't put too much faith in anklets. You won't be able to trick old Yama again.

"Now you will ask me . . . what about the purusha? What does Yama do with that? Well. He draws it out and releases it into the ether where it joins all the souls that have ever been, the way a raindrop dissolves into the ocean.

"In the ocean of souls, nothing is forgotten. The soul knows the stories of all its lives, its loves and losses, and all adventures! With so much knowledge there can be no sadness.

"I know you would like to know all the stories."

KAVITHA: I just want *you* to stay with me.

SEVI: "Here is the secret part. Yama leaves a trace of all these stories in our bones. That's why ancient Tamils made consonants out of bones. To set the stories free. Make the Tamil words, Kavi, my poetess, and you will possess my stories."

KAVITHA: Appa, wake up—

SEVI: Do you want to read?

KAVITHA: "Remember my love for you. It doesn't live in one place in my brain, in my body. No doctor can cut it out. Gather the bones, Kavitha, and I will be the breath."

யமனை நினைவிருக்கே? அவன்தான் உங்கட உயிரைப் புடுங்கி தன்ரை பொக்கற்றுக்கை போடுறவன். சாவித்திரி மட்டுந்தான் அவன்றை மனதை மாற்றின ஒரே ஆள். அவகூட ஒரேயோரு முறைதான் அப்பிடிச் செய்தவ. ஆனபடியால், நான் உங்கட இடத்திலயிருந்தால், சலங்கைகளை அவ்வளவு நம்பியிருக்க மாட்டன். யமனைத் திருப்பியொருமுறை ஏமாற்ற உங்களால முடியாமலிருக்கும்.

இப்ப நீங்கள் கேப்பீங்கள் உயிருக்கு என்ன நடக்கிறது எண்டு. யமன் அதை வைச்சு என்ன செய்யிறவன் எண்டு. அவன் அதை உருவியெடுத்துக் காற்று மண்டலத்துக்குள்ளை விடுறான் அது காலங்காலமாய் இருந்த எல்லா ஆன்மாக்களோடையும் கலக்குது. ஒரு மழைத்துளி கடலில கரையிறதுபோல.

ஆன்மாக்களின்ற அந்தக் கடலில எதுவுமே மறக்கப்படுறதில்லை. ஆன்மாவிற்கு தன்ரை எல்லா வாழ்க்கைகளின்ற கதைகளும் தெரியும். அதின்ரை காதல்கள், அதின்ரை இழப்புகள், அதின்ரை தீரச்செயல்களை. இவ்வளவு அறிவு இருக்கிற இடத்தில சோகம் இருக்க முடியாது.

உங்களுக்கு எல்லாக் கதைகளையும் அறிய விருப்பம் எண்டு எனக்குத் தெரியும்.

**கவிதா:** நீங்கள் என்னோட இருக்கவேணும் எண்டு மட்டுந்தான் எனக்கு விருப்பம்.

**செவ்வி:** *(தொடர்ந்து கடிதத்தைப் படிக்கிறாள்)* இதுதான் இரகசியமான விசயம். யமன் எல்லாக் கதைகளின்ற எச்சங்களையும் எங்கட எலும்புகளிலை விட்டுவைக்கிறான். அதுதான் ஆதித் தமிழர்கள் மெய்யெழுத்தை எலும்பால உருவாக்கினவை. கதைகளை விடுதலை செய்யிறதுக்காக. தமிழச் சொற்களைப் படியுங்கோ கவிதா. என்ரை கவிதாயினி. என்ரை கதைகளெல்லாம் உங்களுக்குச் சொந்தமாகும்.

**கவிதா.** எழும்புங்கோ அப்பா.

**செவ்வி:** நீங்கள் வாசிக்கப்போறீங்களே?

*(கவிதா தடக்கித்தடககி வாசிக்க முயல செவ்வி உதவுகிறாள்.)*

**செவ்வி-கவிதா:** உங்களிலை நான் வைச்சிருக்கிற அன்பை ஒருபோதும் மறக்கவேண்டாம். அது என்ரை மூளையின்றையோ உடம்பின்றையோ ஒரு இடத்தில மட்டும் இல்லை. ஒருத்தராலயும் அதை வெட்டி எடுக்க முடியாது. எலும்புகளைச் சேருங்கோ கவிதா. நான் அதுகளுக்கு மூச்சுக்காத்தை ஊதுவன்.

# SCENE NINE

*The hospital room.* THANGAN *lies in bed.*

*SEVI enters and sits on a chair. She sits there quietly looking at him for some time. She stands up and sits on the side of the bed, takes his hand, and puts it in hers. She fingers the lines on his palm. He does not stir. Time passes until dawn breaks.*

**SEVI:** Good morning, Thangan.
Have you been sleeping?

While you were sleeping we lost the war.
The war is over, Thangan.
We lost.

They say that Prabhakaran is dead.
Do you believe it?
The last Tigers, dead.
They showed his body on TV.
The back of his head and his body.
It was bloated.

The jungle is empty.
We are on the other shore. Here you are, and here I am. We can find each other.
We'll find our way together.

*Beat.*

I want to dance for you alone. Thalam and ragam course through my veins. You need only beat the drum. And I'll dance on the red earth. Only for you.

# காட்சி ஒன்பது

*(வைத்தியசாலை அறை. தங்கன் கட்டிலிலே படுத்திருக்கிறான். செவ்வி உள்ளே நுழைந்து கதிரையிலே அமர்கிறாள். அவனைப் பார்த்தவாறு சிறிதுநேரம் அமைதியாக அமர்ந்திருந்தபின் எழுந்து கட்டிலின் ஓரமாக அமர்ந்து அவனது கையைத் தனது கையால் பற்றிக்கொள்கிறாள். தனது விரல்களால் அவனது கைரேகைகளை வருடுகிறாள். அவன் அசையவில்லை. பொழுதுவிடியும்வரை நேரம் இப்படியாக நகர்கிறது.)*

**செவ்வி:** குட் மோர்ணிங் தங்கன்.
நீங்கள் நித்திரையா இருந்தனீங்களே?

நீங்கள் நித்திரையாய் இருக்கேக்கை நாங்கள் போரைத் தோத்திட்டம்.
போர் முடிஞ்சுது தங்கன்.
நாங்கள் தோத்திட்டம்.

பிரபாகரன் செத்துப்போனார் எண்டு சொல்லுறாங்கள்.
நீங்கள் நம்புறீங்களே?
கடைசிப் புலிவீரனும் செத்துப்போனான்.

அவற்றை உடம்பை டிவ்யில காட்டினவங்கள்.
அவற்றை தலையின்ர பின்பக்கமும் உடம்பும்
வீங்கிப்போயிருந்தது.

காடு வெறுமையாய்க் கிடக்கு
நாங்கள் மற்றக்கரையில இருக்கிறம். இந்தா நீங்கள் இருக்கிறீங்கள். இங்க நான் இருக்கிறன். நாங்கள் ஒருத்தரையொருத்தர் தேடிப்பிடிக்கலாம். எங்கட பாதையைச் சேர்ந்தே கண்டுபிடிக்கலாம்.

நான் உங்களுக்காக மட்டும் நாட்டியமாடவேணும். தாளமும் ராகமும் என்ரை நரம்புகளிலை புடைச்சுக்கொண்டு ஓடுது. நீங்கள் மேளத்தை வாசிச்சாப் போதும். நான் செம்மண்தரையில ஆடுவன். உங்களுக்காக மட்டும்.

I feel it again. Here. The rhythm in your steady breath. Rise and fall. Rise and fall. It is so peaceful.

I've been watching the sunrise through your window.

Will the sun and moon always chase each other across the horizon, Thangan? We are like that, aren't we? Ancient, weathered, immortal perhaps? Is it my turn to chase you now? I know you will keep your promise. You will rise.

*She kisses his hand. She expects him to awaken with a kiss. He does not.*

*She keeps watch. The light gives way to the sounds of the night. This is* SEVI'S *internal landscape—the nights she has shared with her husband throughout their life together, starting with the sounds of waves and the tropical seacoast, birds, crickets, frogs, the rustling of palm fronds. Dogs barking, a rooster crowing, the sound of rain and laughter replaces everything else and the lights fade in—morning.*

*It is dawn. She wakes.* THANGAN *is dead. His eyes are open. His hand is cold and stiff.*

We lost our sons.
We lost the war.
It turns out I loved you all along.

But love has nothing to do with survival, anban.
It does not inhabit this earth.
Come, I will take you home.
To the red earth. The pouring rain.

*She dances.*

You are my light.
    I am your eye.

You are my veena.
    I am your finger, unleashing sound.

You are my lotus flower.
    I am your plunging root.

என்னால திருப்பியும் உணரக்கூடியதாய் இருக்கு. உங்கட சீரான மூச்சில உள்ள தாளம். எழும்பி தணிஞ்சு எழும்பி தணிஞ்சு. எவ்வளவு அமைதியாய் இருக்கு.

உங்கட யன்னலுக்குள்ளால நான் சூரியோதயத்தைப் பாத்துக்கொண்டிருந்தனான்.

சூரியனும் சந்திரனும் எப்பவுமே மத்தியகோட்டைச்சுத்தி ஒண்டையொண்டு துரத்திக்கொண்டிருக்குமே தங்கன்? நாங்களும் அப்பிடித்தான் இல்லையே? பழமையான, பண்பட்ட ஆன்மாக்கள். ஒருவேளை சாவையும் கடந்தனாங்களோ? இப்ப உங்களைத் துரத்திறது என்ரை முறையே? எனக்குத் தெரியும். நீங்கள் உங்கட சத்தியத்தைக் காப்பாத்துவீங்கள். நீங்கள் திருப்பியும் எழும்புவீங்கள்.

*(அவனின் கையை முத்தமிடுகிறாள். அவன் எழுந்து முத்தமிடுவான் என எதிர்பார்க்கிறாள். அவன் எழவில்லை. அவள் காத்திருக்கிறாள். ஒளி மங்கி இரவின் ஒலிகளுக்கு வழிவிடுகிறது. இது செவ்வியின் உளப்புலம். அவள் வாள்நாள் பூராகவும் தன் கணவனுடன் அவள் கழித்த இரவுகள் கடலலைகளின் ஒலியோடு ஆரம்பித்து, பறவைகள் தவளைகளின் ஒலி, பனங்காடுகளின் சலசலப்பு, நாய்களின் குரைப்பு, சேவலின் கூவல், மழையின் ஓசையுடன்கூடிய சிரிப்பொலி, இறுதியாக மழையின் ஒலி மற்ற எல்லா ஒலிகளையும் மாற்றீடு செய்து மேலெழ, பொழுது விடிகிறது.)*

*(அதிகாலை. அவள் துயிலெழுகிறாள். தங்கன் இறந்து கிடக்கிறான். அவன் கண்கள் திறந்துகிடக்கின்றன. அவன் கைகள் குளிர்ந்து மரத்து இருக்கிறது.)*

**செவ்வி**: எங்கட பிள்ளைகளைத் துலைச்சிட்டம்
போரைத் தோத்திட்டம்
இப்ப தெரியுது நான் உங்களைக் காதலிக்கிறதை ஒருபோதும் நிறுத்தேல்லையெண்டு

ஆனாக் காதலுக்கும் தப்பிப்பிழைக்கிறதுக்கும் சம்பந்தமில்லை அன்பன்.
அன்பு இந்தப் பூமியை ஆளேல்லை.
வாங்கோ. நான் உங்களை வீட்டை கூட்டிக்கொண்டுபோறன்.
அந்தச் செம்மண் புலத்துக்கு. அந்தப் புலத்தில பெய்யிற மழைக்கு.

*(அவள் நடனமாடுகிறாள்.)*

You are my deep red earth.
    I am a torrent—the sculptor.

You are the jasmine-drenched night.
    I am the naked morning light.

You are my meaning . . .
    And I am your poem.

*Fin.*

பாயுமொளி நீ எனக்கு
பார்க்கும் விழி நானுனக்கு

வீணையடி நீ எனக்கு
மேவும் விரல் நானுனக்கு

வீசுகமழ் நீ எனக்கு
விரியுமலர் நானுனக்கு

செம்மண்வயல் நீ எனக்கு
செதுக்குமழை நானுனக்கு

தாரையடி நீ எனக்கு
தண்மதியம் நானுனக்கு

பேசுபொருள் நீ எனக்கு
பேணுமொழி நானுனக்கு

(முடிவு.)

# NOTES ON NEUROANATOMY, MEMORY, AND EPILEPSY

From a neuroanatomical perspective, sensations, emotions, memories, intentions . . . all the colours of our inner worlds, arise from brain structures and their relationships to one another. A neuroanatomical exploration of memory and epilepsy is one of the threads that led me into *The Enchanted Loom*. I hope these notes will help guide you through the fascinating and complex scientific and clinical aspects of the play.

## MEMORIES

> **KANAN:** One—subiculum to medial mammillary body. Two—mammillothalamic tract to anterior nucleus of thalamus. Three—thalamocortical fibres to the cingulate cortex. Four—cingulate to entorhinal cortex then hippocampus and subiculum, again. Memory takes hold.

Among the myriad things young doctors must learn, neuroanatomy is particularly intricate and detailed. Mastery of it (at least transient mastery) is an important rite of passage. In the prologue to *The Enchanted Loom*, Kanan, a medical student, has lost himself in contemplation of the Papez circuit, a circular neuronal pathway that subserves the inscription and retrieval of memory. The hippocampi, tucked into the inner, under side of each temporal lobe, are the hubs of the circuit. Remarkably, the ability to register the experiences that make up identity depends on these tiny structures and their projections. Kanan connects this circular neuronal pathway with the idea of karma, of past actions influencing future events and actions. As past relates to future, memory relates to destiny. The hippocampus, this small, bilateral whorled structure named after a seahorse

# நரம்பமைப்பியல், நினைவு, காக்கைவலிப்பு என்பன பற்றிய குறிப்புகள்

நரம்பமைப்பியல் சார்ந்து நோக்கும்போது, உடலுணர்ச்சிகள், உளக்கிளர்ச்சிகள், நினைவுகள், உளநோக்கங்கள் போன்ற எமது அக உலகுக்கு நிறமூட்டும் அனைத்து விடயங்களுமே மூளையின் கட்டமைப்புகளிலிருந்தும் அவற்றின் ஒன்றுடனொன்றுக்கான தொடர்பிலிருந்துமே எழுகின்றன. என்னை *மந்திரத் தறி*க்கு இட்டுச்சென்ற இழைகளில் ஒன்று நினைவும் காக்கை வலிப்பும் பற்றிய நரம்பமைப்பியல் ஆய்வொன்றே. இந்தக் குறிப்புகள் இந்நாடகத்தின் வியத்தகுவதும் சிக்கலானதுமான அறிவியல் மற்றும் மருத்துவசிகிச்சை சார்ந்த விடயங்களை விளங்கிக்கொள்ள உதவும் என நான் நம்புகிறேன்.

## நினைவுகள்

> **கண்ணன்:** One—subiculum to medial mammillary body. Two—mammillothalamic tract to anterior nucleus of thalamus. Three—thalamocortical fibres to the cingulate cortex. Four-cingulate to entorhinal cortex then hippocampus; and subiculum, again. நினைவு உருவாகிறது.

இளம் வைத்தியர்கள் கற்றுக்கொள்ளவேண்டிய எண்ணற்ற விடயங்களிலே நரம்பமைப்பியல் குறிப்பாக நுணுக்கமானதும் விவரச்செறிவானதுமாகும். அதிலே தற்காலிகமாகவேனும் தேர்ச்சி பெறுவது முக்கியமானதொரு நுழைவுச் சடங்கு போன்றது. *மந்திரத் தறி*யின் தோடையத்திலே, மருத்துவ மாணவனான கண்ணன் நினைவுகளை எழுதவும் மீட்கவும் உதவும் பாப்பேசின் சுற்று என்ற வட்டவடிவ நரம்பியற் பாதையை மனனம் செய்துகொண்டிருக்கிறான். இரண்டு கன்னமடல்களுக்குக் கீழேயும் அமுங்கியிருக்கும் மூளைப்பின்மேடுகளே இந்தச் சுற்றின் மையம். வியத்தகுவிதமாக, ஒருவரின் தனித்துவ அடையாளத்தை உருவாக்கும் பட்டறிவுகளைப் பதிவுசெய்வது இந்தச் சின்னஞ்சிறிய கட்டமைப்புகளிலும் அவற்றின் எறிவுகளிலுமே தங்கியுள்ளது. கண்ணன் இந்த வட்டவடிவ நரம்பியற் பாதையை, கடந்தகாலச் செயல்கள்

is also a key driver of his father Thangan's epilepsy and his troubles with memory. As son memorizes, father forgets.

Thangan's memory betrays him for many reasons. His post-traumatic stress disorder, epilepsy, and medications all disrupt memory differently. Thangan has suffered a traumatic brain injury damaging many of the neurons projecting and connecting one brain area with another, thus interrupting the networks that both carry and constitute memory. High-valence traumatic memories demand space and time, disrupting and unbalancing the fabric of everyday memory. Each time Thangan has a seizure, fragments of time (and memory) are lost irretrievably.

The creation of memory is energetic. It requires fast, intense bursts of neuronal activity. Medications that treat seizures intentionally abort these fast bursts and can inhibit memory formation. Finally, our memories are consolidated while we sleep. Thangan is an insomniac. He has insomnia due to anxiety. He has nocturnal seizures. He has nightmares that recapitulate his experience of torture. PTSD, medications, seizures, and insomnia all interrupt and distort his memory. The network becomes patchwork. All the gaps make it hard to create a linear narrative of identity. But he resists fragmentation. He refuses to give up.

## EPILEPSY

MENDOZA: Mr. Subramaniam is a forty-eight-year-old, right-hand domi-
nant Tamil refugee from Sri Lanka.

He has complex partial and secondarily generalized seizures. Post-
traumatic. He worked as a journalist. At age twenty-eight he was
imprisoned by the Sri Lankan army and tortured. His MRI demonstrates
multiple aggravated head injuries . . .

*An MRI of THANGAN's brain is projected, dwarfing the ensemble.*

Clinically he has post-traumatic partial complex and secondarily gener-
alized seizures.

Epilepsy is characterized by the experience of sudden involuntary changes in per-
ception, affect, and consciousness. These changes can be "partial" and subtle or so
profound and "generalized" that consciousness is obliterated.

One model of epileptogenesis (the creation of a seizure) begins with an
epileptogenic zone. Each blunt head injury Thangan endured under torture by
the Sri Lankan army caused tissue injury, inflammation, and bleeding in specific

எதிர்கால விளைவுகளையும் செயல்களையும் உந்துவதாகக் கூறும் முன்வினைப்பயன் என்ற சிந்தனையுடன் தொடர்புபடுத்துகிறான். கடந்தகாலம் எதிர்காலத்துடன் தொடர்புபட்டிருப்பதுபோலவே நினைவுகள் ஊழ்விதியுடன் தொடர்புபட்டுள்ளன. கிரேக்கர்களால் ஒரு கடற்குதிரையின் நினைவாகப் பெயரிடப்பட்ட மூளைப்பின்மேடு என்ற இந்தச் சிறிய, இருபகுதிகளாலான, சுருள் கட்டமைப்பானது அவன் தந்தை தங்கனின் காக்கை வலிப்புகளுக்கும் அவரின் நினைவுகளின் சிக்கல்களுக்குமான ஒரு முக்கிய தூண்டி. மகன் மனனம் செய்ய, தந்தை மறந்து போகிறார்.

தங்கனின் நினைவுகள் அவரைக் கைவிடப் பல காரணங்கள் உண்டு. அவரின் உளஅதிர்ச்சிக்குப் பின்னான மன அழுத்தச் சீர்கேடு (பி.ரி.எஸ்.டி), காக்கை வலிப்பு, மருந்துகள் எல்லாமே நினைவுகளுக்கு வெவ்வேறு விதமாக ஊறுவிழைவிக்கின்றன. தங்கன் மோசமான மூளைக்காயங்களுக்கு ஆளாகியுள்ளார். அவை மூளையின் வெவ்வேறு பகுதிகளை ஒன்றுடனொன்று இணைக்கும் நரம்பு எறிவுகளைச் சிதைத்துள்ளன. இது நினைவுகளின் அமைவிடமாக இருப்பதோடு அவற்றைக் கடத்தவும் உதவும் வலைப்பின்னல்களை இடைமறிக்கிறது. உளஅதிர்சியைத் தூண்டும் தீவிரமான நினைவுகள் காலத்தையும் வெளியையும் தம்மகப்படுத்தி நாளாந்த நினைவுகளை நிலைதடுமாறப்பண்ணி அவற்றின் கட்டமைப்பைக் குலைக்கின்றன. தங்கனுக்கு வலிப்பு ஏற்படும் ஒவ்வொரு முறையும் காலத்தினதும் நினைவுகளினதும் துகள்கள் மீளப்பெறப்படமுடியாத வகையிலே தொலைந்துபோகின்றன.

நினைவுகளின் உருவாக்கம் சுறுசுறுப்பானது. அது வேகமானதும், செறிவானதும், திடீரானதுமான நரம்பியற் செயற்பாட்டை வேண்டுவது. வலிப்பைக் கட்டுப்படுத்தப் பயன்படுத்தப்படும் மருந்துகள் இந்த வேகமான செயற்பாட்டை வேண்டுமென்றே முடக்குவதால், நினைவுகளின் உருவாக்கத்தையும் தடுக்கலாம். மேலும், நாம் உறங்கும்போதே எமது நினைவுகள் தொகுக்கப்படுகின்றன. தங்கனோ உறக்கமின்மையாற் பீடிக்கப்பட்டுள்ளார். அவரின் உறக்கமின்மைக்குக் காரணம் மன உளைச்சல். அவருக்கு இரவுநேர வலிப்புகள் வருகின்றன. அவருக்கு அவரின் சித்திரவதைகளை நினைவூட்டும் கொடுங்கனவுகள் வருகின்றன. உளஅதிர்ச்சிக்குப் பின்னான மன அழுத்தச் சீர்கேடு, மருந்துகள், வலிப்புகள், உறக்கமின்மை இவை எல்லாமே அவரின் நினைவுகளுக்கு ஊறுவிளைவித்து உருக்குலைக்கின்றன. வலைப்பின்னல் ஒட்டுவேலைப் பொத்தல்களாய் ஆகிறது. இந்த இடைவெளிகளெல்லாம் தனிநபர் அடையாளம்பற்றிய ஒரு உள்ளார்ந்த விவரணத்தை உருவாக்குவதைக் கடினமாக்குகின்றன. ஆனால் சிதைவுகளை அவர் எதிர்த்து நிற்கிறார். விட்டுக்கொடுக்க மறுக்கிறார்.

brain regions. These tenacious scars filled with irritative hemosiderin (oxidized blood), forming his epileptogenic zones.

On the boat to South India, Thangan's left arm convulses continuously as he slips in and out of consciousness. This condition, characterized by continuously repeating fragments of seizures, is called *epilepsia partialis continua*. It is caused by localized persistent cortical electrical activity. The electrical activity is not strong enough to completely impair consciousness, but it does cause irrevocable damage to his hippocampus and motor cortex. This is an example of epileptogenic zone formation. Neuronal injury causes rewiring of neuronal networks, increased neuronal excitability, and increased susceptibility to seizures. An aberrant electrical circuit can thus perpetuate itself. Seizures kindle seizures, causing chronic damage to fast-firing neurons, particularly in the hippocampus, resulting in hippocampal sclerosis.

In Dr. Mendoza's rat lab, Kanan and other scientists study "kindling" models of epilepsy in rats using repeated applications of chemical and electrical stimuli to specific areas of the brain. Kanan's experiments shed light on the genesis of these seizure foci and illuminate how epilepsy changes the brains of both his captive rats and his own father.

For example, kindling of the dorsal hippocampus disrupts spatial memory. Thangan jokes that he struggles with puzzles unlike his daughter Kavitha. Amygdala-kindled experimental animals exhibit increased anxiety and defensiveness towards other animals. In open field test experiments they tend to be fearful, remaining closer to a partner rat.

THANGAN: I need you to stay.

KANAN: Because you are afraid? With the seizures you are afraid; without them you are afraid. Afraid of death, afraid of life. It is inevitable. Epileptic rats are cowards too.

THANGAN: Why are you so scornful?

KANAN: In kindling models of epilepsy the rats won't explore—they freeze if you let them out of their cages. No curiosity. No will. No ambition. You rely on your cage.

THANGAN: Wait, wait till the surgery is finished.

KANAN: There is a real cage out there. Kavalan is in it.

# காக்கை வலிப்பு

**மெண்டோசா:** திருவாளர் சுப்பிரமணியம் தங்கராஜா இலங்கையிலிருந்து வந்திருக்கும் ஒரு தமிழ் அகதி. 48 வயதானவர். வலதுகைப் பழக்கமுள்ளவர்.

அவருக்குச் செறிவான ஆனால் முழுமையற்ற வலிப்புகளும், இரண்டாம் கட்டமாக உடல்முழுவதுமான வலிப்புகளும் தோன்றுகின்றன. அவை புறஅதிர்ச்சிக்குப் பின்னானவை. அவர் ஒரு ஊடகவியலாளராகப் பணியாற்றி வந்தார். அவரின் இருபத்தி எட்டாவது வயதில், அவர் இலங்கை இராணுவத்தால் சிறைப்பிடிக்கப்பட்டு சித்திரவதைக்கு உட்படுத்தப்பட்டார். காந்த அதிர்வொலிப்பெருக்கப் படிமங்களை நோக்கும்போது, பரந்தகன்றதும் மோசமானதுமான தலைக் காயங்களைக் காணக்கூடியதாக இருக்கின்றது.

*(மூளையின் காந்த அதிர்வொலிப்பெருக்க வருடிப் படிமம்—எம். ஆர். ஐ. வருடிப் படிமம்—காட்சிப்படுத்தப்படுகிறது. மேடையிலே அந்தப் படத்தின் அளவு, நடிகர்களின் அளவோடு ஒப்பிடுகையில் மிகப்பெரியதாகத் தெரிகிறது)*

காக்கை வலிப்பு என்பது புலனுணர்விலும், செயல்விளைவிலும், நனவுநிலையிலுமான திடீர் மாற்றங்களை தன்னாற்றலுக்கப்பாற்பட்டு எதிர்கொள்வதென்பதாகும். இந்த மாற்றங்கள் முழுமையற்றதாகவும் மெல்லியதாகவுமோ அல்லது நனவுநிலையை முற்றும் சிதைக்கும் வகையிலே முழுமையானதாகவும் தீவிரமானதாகவுமோ இருக்கலாம்.

காக்கை வலிப்பின் தொடக்கம் பற்றியதொரு மாதிரியுரு காக்கை வலிப்புத் தொடங்கும் மண்டலத்திலிருந்து ஆரம்பிக்கிறது. இலங்கை இராணுவத்தினால் சித்திரவதை அனுபவித்தபோது தங்கனின் தலையில் ஏற்பட்ட ஒவ்வொரு மழுங்கிய காயமும், இழைமங்களில் காயத்தையும், வீக்கத்தையும், மூளையின் குறிப்பிட்ட பகுதிகளில் குருதிப்போக்கையும் தோற்றுவித்தது. ஹீமொசிடறின் எனும் ஓட்சிசனேற்றப்பட்ட குருதி நிறைந்து உறுத்தலை ஏற்படுத்திக்கொண்டிருக்கும் இந்தப் பிடிவாதமான தழும்புகள் அவரின் காக்கை வலிப்புத் தொடங்கும் மண்டலங்களை உருவாக்குகின்றன.

தென்னிந்தியாவிற்கு வள்ளத்திலே சென்றுகொண்டிருந்தபோது தங்கன் நினைவுநிலைக்கும் நினைவிழந்தநிலைக்கும் இடையில் ஊசலாடிக்கொண்டிருக்க, அவரின் இடது கை தொடர்ந்து துடித்துக்கொண்டிருந்தது. தொடர்ந்தும் குறைவலிப்புகளால் தாக்கப்படும் இந்த நிலை எப்பிலெப்சியா பார்சியாலிஸ் கொண்டின்யூவா அல்லது

In a moment of hurt and anger, Kanan calls Thangan a coward—a trait that may really represent amygdaloid kindling from his chronic seizures.

Humans with epilepsy are at higher risk of sudden death as well as suicide. In the lab Kanan deflects his own fears for his father into work on the genetics of sudden death in epilepsy (SUDEP) using a DBA1 model. DBA1 is a gene that, when propagated in lab rat colonies, produces epileptic rats susceptible to sudden death. Kanan's groundbreaking work describes a theoretical gene–environment interaction. All of his colony mice have the DBA1 SUDEP gene. He observes that second-generation mice get sicker earlier than their parents due to the stress of parental epilepsy and death. In a scene where Kanan is monitoring these mice remotely, Kavitha witnesses a rat succumb to SUDEP.

Dr. Mendoza uses electrical maps (EEG) and spatial tissue maps (MRI) to plot the cortical topography of Thangan's seizures. In the play we witness many seizures of different types underlining the severity and intractability of his epilepsy. Most frequently, Thangan has secondarily generalized seizures beginning in his right motor cortex (the part of the brain that controls his left hand). His hand tenses subtly at the onset, then the powerful electrical disturbance recruits more and more brain areas, finally causing Thangan to lose consciousness.

The prodrome of a seizure differs based on the brain region it arises from. For example, if a seizure arises from the visual cortex in the occipital lobe, a person sees a visual phenomenon as if it is real. The vision may be an image, but more commonly it is elemental: lights, lines, shapes, or distortions. Perceptual experiences occurring in seizures may have a heightened sense of reality and immediacy vis-à-vis the perceptions and emotions of normal daily life. When Thangan "sees" Kavalan's childhood face (a fragment of his past experience), he feels a fragment of a remembered sensation of being with him. This makes the seizure tremendously difficult to relinquish.

> **THANGAN:** Sometimes there is this long moment of perfect solitude and I behold my son's face—Kavalan's—radiant like the son. Then it grows dark. He cries . . . He breaks into shards . . . there is pain . . . electric current applied to each of my fingers—

Thangan is hounded by intense fear. Neurologically many things could explain this. Thangan may feel a fearful aura due to a seizure involving the amygdala in the inferior mesial temporal lobe. He may be experiencing a flashback or dissociative state from PTSD. Finally, paranoia and delusions are features of psychosis. Frequent temporal lobe seizures may cause psychosis to occur between seizures. Medically this is called interictal psychosis, with seizures being the rhythm structuring life and psychosis occurring between beats.

தொடர்ச்சியாகத் தாக்கும் குறைவலிப்பு என்று அழைக்கப்படுகிறது. அது புறணியின் குறிப்பிட்டதொரு பகுதியிலே தொடர்ந்து நிகழும் மின்னியற் செயற்பாட்டால் நேர்கிறது. இந்த மின்னியற் செயற்பாடானது முழுமையாக நினைவிழக்கச்செய்யும் அளவுக்கு வலிமையற்றது எனினும், அது அவரின் மூளைப்பின்மேட்டிற்கும் இயக்கிப் புறணிக்கும் மீளச் சீராக்க முடியாதவகையிலான சேதத்தை ஏற்படுத்துகிறது. காக்கை வலிப்புத் தொடங்கும் மண்டல உருவாக்கத்தின் ஒரு உதாரணம் இது. நரம்பியற் காயங்கள் நரம்பியல் வலையமைப்புகளை மீளமையச்செய்கின்றன, நரம்புகளின் அருட்டப்படுதன்மையை அதிகரிக்கின்றன, வலிப்புகளால் எளிதில் பாதிக்கப்படும் தன்மையை அதிகரிக்கின்றன. ஒரு பிறழ்வுபட்ட மின்னியற் சுற்று இதுபோல தன்னைத்தானே மீளுருவாக்கிக்கொள்ளும். வலிப்புகள் மேலும் வலிப்புகளைத் தூண்டி, வேகமாகப் பொறி தெறிக்கும் நரம்புளுக்கு நிலையான சேதத்தை உண்டுபண்ணும். குறிப்பாக மூளைப்பின்மேட்டிலே சேதத்தை உண்டுபண்ணி மூளைப்பின்மேட்டு உறுப்பின் காழ்ப்பை உண்டுபண்ணும்.

பேராசிரியர் மெண்டோசாவின் எலி ஆய்வுகூடத்திலே, கண்ணனும் ஏனைய அறிவியல் ஆய்வாளர்களும் எலிகளின் மூளையின் குறிப்பிட்ட பகுதிகளுக்கு மின்னியல் மற்றும் வேதியல் தூண்டுகைகளை மீண்டும் மீண்டும் செலுத்தி எலிகளிலே காக்கை வலிப்பைத் தூண்டும் மாதிரியை ஆய்வுசெய்கிறார்கள். கண்ணனின் ஆய்வுகள் இந்த வலிப்புக் குவியங்களின் தோற்றத்தை வெளிச்சமிட்டுக் காட்டுவதோடு காக்கை வலிப்பு எப்படித் தன்னால் அடைத்துவைக்கப்பட்டுள்ள எலிகளினதும் தனது தந்தையினதும் மூளைகளில் மாற்றங்களை உண்டுபண்ணுகிறது என்பதைத் துலக்குகிறது.

உதாரணமாக முதுகுப்புற மூளைப்பின்மேட்டைத் தூண்டுவது இடஞ்சார்ந்த நினைவுகளுக்கு இடையூறு விளைவிக்கும். தனது மகள் கவிதாபோலல்லாது தான் புதிர்களுக்கு விடைகாணச் சிரமப்படுவதாக தங்கன் புகாரிவிடுகிறார். அமிக்டலா உடலம் தூண்டப்பட்ட விலங்குகள் அதிகரித்த பதற்றத்துடனிருப்பதோடு ஏனைய விலங்குகளிடமிருந்து தம்மைத் தற்காத்துக்கொள்ளும் உணர்வுடனும் இருக்கும். திறந்தவெளி ஆய்வுகளிலே அவை அச்சம் மிகுந்தவையாய் இருப்பதோடு தமது சோடி எலிக்கு அருகில் இருக்கவே விரும்புகின்றன.

**தங்கன்:** எனக்கு நீ இங்க நிக்கவேணும்

**கண்ணன்:** உங்களுக்குப் பயமாயிருக்கிறபடியாலோ? வலிப்பு இருந்தா உங்களுக்குப் பயம். வலிப்பு இல்லாட்டி உங்களுக்குப் பயம். சாகப் பயம். வாழப் பயம். இது தவிர்க்க முடியாதது. எப்பிலெப்சிவாற எலிகளும் கோழைகள்தான்.

**தங்கன்:** ஏன் இப்பிடி ஏளனம் செய்யிறாய்?

# ANATOMY, DIAGNOSIS, AND TREATMENT

Surgery is a powerful treatment for otherwise intractable epilepsy. The prognosis for a cure is best when surgery is performed early in the presence of hippocampal sclerosis or other focal epileptogenic scars that can be excised.

Mendoza builds a spatial model of the electrical activity in Thangan's brain over time. She correlates this neuroanatomical data with his experience and develops a treatment plan to alter that activity in harmony with his desires and goals. She must pinpoint the spatial origin of each seizure type to define the target regions for surgery. She and her patient must balance what may be gained against what may be lost.

The scene, with the neurological examination seamlessly integrated as a dancelike background rhythm is one of my favourites. Here Dr. Mendoza utilizes the neurological examination to identify multiple brain lesions.[1]

> MENDOZA *proceeds to examine his visual fields. He covers one eye then the other. He makes errors counting her fingers.*
>
> **THANGAN:** Two—one—two—three.
>
> **MENDOZA:** *(to KANAN)* Watch the left upper field.
>
> *(to SEVI)* Tell me what you see at night.
>
> **THANGAN:** Two—one—two—one.
>
> **KANAN:** *(to MENDOZA)* A left upper quadrantanopia from a right inferior temporal lesion.

Visual field testing reveals that Thangan cannot see a number presented to the top left quadrant of his vision (corresponding to his right inferior temporal scar). He has a "Babinski" on the left. This is a reflex response obtained by scratching the bottom of the foot with a sharp key. This classic neurologic sign points to the lesion in his right motor cortex. As his mentor conducts her examination of his father, Kanan keeps a tally of lesions and wonders if surgery will even be possible.

---

1    You can view the whole sequence of the exam, most of which occurs in the aforementioned scene, at http://thehub.utoronto.ca/neurology/neurological-exam/. Thangan does not need a lot of explanation to perform the exam. He has been through it so many times before.

**கண்ணன்:** எப்பிலெப்சியை தூண்டுற மொடல்களிலை எலிகளை கூண்டுக்கு வெளியால விட்டா, அதுகள் சுத்திப்பார்க்காம அப்படியே விறைச்சுப்போய் நிக்கும். ஒரு ஆர்வம் இல்லை. விருப்பம் இல்லை. ஒரு அம்பிஷன் இல்லை. நீங்கள் உங்கடை கூண்டிலதான் தங்கியிருக்கிறீங்கள்.

**தங்கன்:** பொறு மகன். ஒப்பரேஷன் முடியமட்டும் பொறு.

**கண்ணன்:** அங்க உண்மையாயே ஒரு கூண்டு இருக்கு. காவலன் அதுக்குள்ளை அடைபட்டுக் கிடக்கிறார்.

மனவருத்தமும் கோபமும் தன்னை ஆட்கொண்டதொரு கணத்தில் கண்ணன் தங்கனை கோழை என விளிக்கிறான். அவரின் இந்த இயல்பு உண்மையில் அவரின் தொடர்ச்சியான வலிப்புகளால் அமிக்டலா உடலம் தூண்டப்படுவதாலாய் இருக்கலாம்.

காக்கை வலிப்பால் பாதிக்கப்படும் மனிதர்கள் திடீரென இறந்துபோகும் ஆபத்தும் தற்கொலை செய்துகொள்ளும் ஆபத்தும் அதிகம் உள்ளன. ஆய்வுகூடத்திலே கண்ணன் தனது தந்தைபற்றித் தனக்குள்ள அச்சங்களை, காக்கை வலிப்பில் ஏற்படும் திடீர்மரணங்கள் பற்றிய டி.பி.ஏ.1 மாதிரியைப் பயன்படுத்தும் மரபியல் ஆய்வின்பக்கம் திசை திருப்புகிறான். டி.பி.ஏ.1 என்ற மரபணு ஆய்வுகூட எலிகளிலே விருத்திசெய்யப்படும்போது திடீர்மரணத்தை அதிகரித்த அளவில் எதிர்கொள்ளும் காக்கை வலிப்புக்கொண்ட எலிகளை உருவாக்குகிறது. கண்ணனின் இந்த முன்னறியப்படாத கண்டுபிடிப்பு மரபணுவுக்கும் சுற்றுச்சூழலுக்கும் இடையிலான தொடர்பாடல் பற்றியதொரு கோட்பாட்டை விளக்குகிறது. அவனின் ஆய்வுகூட எலிகள் அனைத்துமே டி.பி.ஏ.1 திடீர்மரண மரபணுவைக் கொண்டுள்ளன. தமது பெற்றோரின் காக்கை வலிப்பும் திடீர்மரணமும் ஏற்படுத்தும் மனஅழுத்தத்தால் இரண்டாந்தலைமுறை எலிகள் தமது பெற்றோரைவிடவும் முன்னதாகவே நோய்வாய்ப்படுவதை அவன் அவதானிக்கிறான். கண்ணன் இந்த எலிகளை நிகர்நிலையில் கண்காணித்துக்கொண்டிருக்கும் காட்சியில், கவிதா எலியொன்று திடீரமரணமடைவதைக் காண்கிறாள்.

மென்டோசா ஈ.ஈ.ஜி. எனும் மூளைமின்னலை வரைவையும், இழைமங்களை இடம்சார்ந்து வரைபடுத்தும் காந்த அதிர்வொலிப்பெருக்கப் படிமங்களையும் (எம்.ஆர்.ஐ.) பயன்படுத்தி தங்கனின் வலிப்புகளின் புறணிப் பரப்பை வரைகிறார். நாடகத்திலே நாம் காணும் பல்வேறு வகையினவான பல வலிப்புகள் அவற்றின் தீவிரத்தையும் தீர்க்கமுடியாத தன்மையையும் அடிக்கோடிட்டுக் காட்டுகின்றன. தங்கனுக்குப் பெரும்பாலும் அவரது இடது கைமீது ஆதிக்கம் செலுத்தும் வலது இயக்கிப் புறணியிலிருந்து ஆரம்பித்து இரண்டாம் கட்டமாக உடல் முழுவதும் பரவும் வலிப்புகளே தோன்றுகின்றன. ஆரம்பத்திலே அவரின் கை மெலிதாக இறுக்கமடைகிறது. பின்னர்

The use of bright lights, pins, hammers, and keys to generate responses to noxious stimuli is integral to the neurological examination. One can see the parallels here between medical (rat) research, the medical examination, and interrogation of a torture survivor. For Thangan this essential medical exam may trigger traumatic memories.

During the seizure conference scene, Mendoza presents her evidence. She shows Wagdy an "EMU" tape consisting of video correlated with a montage of brain electrical activity. She zeroes in on a segment showing a focal seizure starting in the right posterior temporal electrodes:

> MENDOZA: Look at this video, recorded yesterday—finally. Now— follow—he is watching the TV. He looks away—there, it begins . . . Look, focal rhythmic theta arises in the right posterior temporal lobe, building in amplitude, recruiting, for half a minute. He looks alert. He can inter- act throughout—but he's talking to Kavalan.

> THANGAN: His face . . . his smile . . . his fear . . . is electricity?

> MENDOZA: Yes. It's clearly an epileptic seizure originating in the right posterior temporal lobe.

The right temporo-occipital region targeted in the proposed resection is critical to visuospatial cognition. Activities like reading a map, completing a puzzle, and driving (assessing angles and the relationships between moving things) would be compromised by the surgery. The right frontal motor strip causes his hand to shake and often produces seizures that generalize, leaving him unconscious. Resecting the right motor strip would provide the best opportunity to terminate the most dangerous seizures but would cause paralysis of the left hand at minimum. The scarring in post-traumatic lesions makes the various tissue layers stick together and also increases the risk of bleeding from damaged blood vessels that have been left brittle. The presence of psychosis or serious psychiatric illness in a patient prior to surgery statistically predicts a poorer surgical outcome measured in terms of quality of life.

In sum Thangan is *not* an optimal surgical candidate. He has too many lesions and suffers many concurrent psychiatric symptoms. Yet his physicians hear him when he argues persuasively that his life is unlivable. Wagdy elects to treat him despite the risks. This is of course a work of fiction. In reality a man like Thangan might not be offered a surgical treatment.

வலிய மின்னியல் இடையூறுகள் மூளையின் மென்மேலும் பகுதிகளைத் தம்வசப்படுத்தி இறுதியில் அவரை நினைவிழக்கச் செய்கின்றன.

வலிப்பின் முன்னறிகுறிகள் அவை மூளையின் எந்தப் பகுதியிலிருந்து தோன்றுகின்றன என்பதைப்பொறுத்து வேறுபடுகின்றன. உதாரணமாக, பிடறிமடலில் உள்ள பார்வைப்புலப் புறணியிலிருந்து ஒரு வலிப்புத் தோன்றினால், அவருக்கு உண்மைபோலத் தோற்றமளிக்கும் ஒரு இயற்காட்சி தெரியும். இந்தக் காட்சி ஒரு உருவமாகவும் இருக்கலாம். ஆனால், பெரும்பாலும் அவை வெளிச்சங்கள், கோடுகள், வடிவங்கள், அல்லது சிதைவுகள் போன்ற அடிப்படைத் தன்மையானவையாகவே இருக்கும். வலிப்புகளின்போது தோன்றும் புலனுணர்வுகள் சாதாரண அன்றாட வாழ்க்கையிற் தோன்றும் உணர்வுகளுடனும் மனவுணர்ச்சிகளுடனும் ஒப்பிடும்போது மிகைப்படுத்தப்பட்ட அளவு உண்மையானவைபோன்றும் உடனடியானவைபோன்றும் தோன்றலாம். தனது கடந்தகாலப் பட்டறிவின் ஒரு எச்சக்கூறாக தங்கன் காவலனின் இளவயது முகத்தைக் காணும்போது அவர் அவனுடன் இருந்த உணர்ச்சியின் நினைவின் எச்சக்கூறொன்றை உணர்கிறார். இது வலிப்புகளை அவர் இழந்துவிட முடிவெடுப்பதை மிகமிகக் கடினமாக்குகிறது.

> **தங்கன்:** சிலவேளைகளில் பூரண தனிமைசூழ்ந்திருக்கும் நீண்ட கணமொன்று தோன்றும். அப்போது எனது மகன் காவலனின் முகம் எனக்குத்தோன்றும். அது சூரியன்போல் ஒளிவீசும். பின்னர் அது இருண்டு கறுத்துப்போகும். அவன் கதறி அழுவான். அந்த அழுகை கூரிய சில்லுகளாய் உடைந்துபோகும் . . . வலி ஏற்படும் . . . என் ஒவ்வொரு விரல் நுனியிலும் மின்சாரம் பாய்ச்சப்படும்

தங்கன் தீவிரமான பயப்பிராந்தியால் பீடிக்கப்பட்டுள்ளார். நரம்பியலினடிப்படையில் இதற்குப் பல விளக்கங்கள் இருக்கின்றன. தாழ் மையக் கன்னமடலில் உள்ள அமிக்டலா உடலத்தில் தோன்றும் வலிப்புக் காரணமாக தங்கன் அச்சமூட்டுகின்றதொரு முன்னுணர்வை உணரலாம். உள அதிர்ச்சிக்குப் பின்னான மன அழுத்தச் சீர்கேடு காரணமாக மீள்நினைவுகளையோ அல்லது நினைவிலிருந்து விலகிய நிலையையோ அனுபவிக்கலாம். மேலும், அறிவுப்பிறழ்ச்சியும், பிரமைகளும் மனச்சிதைவின் அங்கங்கள். அடிக்கடி ஏற்படும் கன்னமடல் வலிப்புகள், வலிப்புகளுக்கிடையே மனச்சிதைவை தோற்றுவிக்கலாம். மருத்துவரீதியாக இது 'இன்டரிக்டல் சைக்கோசிஸ்' அல்லது வலிப்பிடை மனச்சிதைவு என்று அழைக்கப்படுகிறது. வாழ்வைச் சீர்படுத்தும் சந்தம்போல வலிப்புகள் நிகழ, இந்தத் தாளத்துக்கு இடையிடையே மனச்சிதைவு தோன்றும்.

**WAGDY:** It will be irrevocable.

Let me give you some advice. Make it clear to everyone. You do this for yourself. Not your children. Not your wife. If there is a complication, they will bear it. Yours is a proud and unruly wound. Hard won. Hard to let go. Are you ready?

**THANGAN:** To become an ordinary man? Yes.

For good surgical candidates with only one clearly defined lesion (ideally with unilateral hippocampal sclerosis), epilepsy surgery has excellent outcomes. The majority of well-chosen patients have substantial reduction in seizures and improved quality of life five to ten years post-surgery.

In *The Enchanted Loom* Thangan dares to hope and summons the courage to give up his wounds. His wounds are simply too numerous and complex to cut out.

—Suvendrini Lena, 2022

# உடற்கூறு அமைப்பியலும், நோயறிகையும், சிகிச்சையும்

மற்றெவ்விதமும் தீர்க்க முடியாத காக்கை வலிப்புக்கு அறுவைச்சிகிச்சை பலம்வாய்ந்ததொரு சிகிச்சைமுறையாகும். மூளைப்பின்மேட்டில் உறுப்பின் காழ்ப்போ அல்லது காக்கை வலிப்பின் தோற்றத்திற்கான வேறு குவிவுத் தழும்புகளோ வெட்டியகற்றப்படக்கூடியதாய் இருக்கும்போது, அறுவைச் சிகிச்சையை மிகச்சீக்கிரமாகச் செய்வதே நோயைத் தீர்ப்பதற்கான சிறந்த வாய்ப்பை வழங்கும்.

நாளுக்குநாளாக தங்கனின் மூளையின் மின்னியற்செயற்பாடுளின் இடஞ்சார்ந்த மாதிரியொன்றை மெண்டோசா உருவாக்குகிறார். இந்த நரம்பமைப்பியற் தரவுகளை அவர் தங்கனின் பட்டறிவுகளுடன் தொடர்புபடுத்தி, தங்கனின் விருப்புகளுக்கும் நோக்கங்களுக்கும் உகந்த வகையிலே, அந்தச் செயற்பாடுகளை மாற்றுவதற்கானதொரு சிகிச்சைத் திட்டத்தை உருவாக்குகிறார். ஒவ்வொருவகை வலிப்பினதும் இடஞ்சார்ந்த ஆரம்பப்புள்ளி எதுவென அவர் துல்லியமாகக் குறிப்பிடுவதன்மூலம் அறுவைச்சிகிச்சை குறிவைப்பதற்கான பகுதிகளை வரையறுக்கிறார். மெண்டோசாவும் அவரின் நோயாளரும் எதை அடையலாம் என்பதை எதை இழந்துவிடலாம் என்பதற்கெதிராகச் சமன்செய்யவேண்டும்.

நடனம்போன்றதொரு பின்னணிச் சந்தத்துடன் இரண்டறக் கலந்துவிட்டமுறையில் இடம்பெறும் நரம்பியற் சோதனைக் காட்சி எனக்கு மிகவும் பிடித்த காட்சிகளிலொன்று. இதிலே மெண்டோசா நரம்பியற் சோதனையைப் பயன்படுத்தி மூளையிலே பல சிதைவுகளை அடையாளங்காண்கிறார்.[1]

*(மெண்டோசா தங்கனின் பார்வைப்புலத்தைப் பரிசோதிக்கிறார். ஒரு கண்ணை மறைத்தும் பின்னர் மறு கண்ணை மறைத்தும் சோதனைகளைத் தொடர்கிறார். மெண்டோசா காட்டும் விரல்களை எண்ணுவதில் தங்கன் தவறிழைப்பதன்மூலம் அவனுக்கு பார்வைப்புலத்தின் இடதுமேல் கால்வாசிப்பகுதியில் பார்வையின்மை இருப்பது தெரியவருகிறது.)*

**தங்கன்:** இரண்டு—ஒன்று—இரண்டு—மூன்று

1 இங்கு கூறப்பட்டுள்ள காட்சியிலே பெருமளவு காட்டப்படுவதன் முழுமையான சோதனையை இந்த இணைப்பிலே காணலாம்: http://thehub.utoronto.ca/neurology/neurological-exam/. சோதனையை மேற்கொள்ள தங்கனுக்கு அதிகம் விளக்கமளிக்கத் தேவையில்லை. ஏனெனில் அவர் முன்னர் பலமுறை இந்தச் சோதனைக்கு உட்படுத்தப்பட்டிருக்கிறார்.

**மென்டோசா:** *(கண்ணனிடம்)* இடதுமேல்ப் பார்வைப்புலத்தை நோக்கு. *(செவ்வியிடம்)* இரவுநேரங்களில் என்ன நடக்கிறது என்று சொல்லமுடியுமா?

**தங்கன்:** இரண்டு—ஒன்று—இரண்டு—ஒன்று

**கண்ணன்:** *(மென்டோசாவிடம்)* வலது தாழ் கன்ன மூளைப்பகுதியில் ஏற்பட்டுள்ள காயம்

தங்கனுக்கு அவரது பார்வைப்புலத்தின் இடதுமேல் கால்வாசிப்பகுதியில் காண்பிக்கப்படும் இலக்கம் தெரியவில்லை என்பதைப் பார்வைப்புலப் பரிசோதனை வெளிப்படுத்துகிறது. இது அவரது வலது தாழ் கன்னமடலில் உள்ள தழும்புடன் தொடர்புடையது. இடது புறத்திலே பபின்ஸ்கி மறிவினை எனும் மேல்நோக்கிய அங்கால் மறிவினை உள்ளது. இது உள்ளங்காலைக் கூரிய சாவியாற் கீறுவதால் பெறப்படும் மறிவினை. இந்த நன்கறியப்பட்ட நரம்பியல் அறிகுறி வலது இயக்கிப் புறணியிலே உள்ள சிதைவைக் காட்டுகிறது. தனது ஆசான் தனது தந்தைமீதான சோதனைகளைத் தொடர, கண்ணன் சிதைவுகளின் எண்ணிக்கைகளைக் கணக்குவைத்து அறுவைச் சிகிச்சைக்கான குறைந்தபட்சச் சாத்தியமாவது இருக்குமா எனச் சிந்திக்கிறான்.

கூரிய வெளிச்சங்கள், ஊசிகள், சுத்தியல்கள், சாவிகள் போன்ற தீங்கான தூண்டுகைகளுக்கு எதிர்வினைகளைத் தோற்றுவிப்பது நரம்பியற் சோதனையின் அடிப்படையான அங்கம். எலிகள் மீதான மருத்துவ ஆய்வுகளுக்கும், நரம்பியற் சோதனைகளுக்கும், சித்திரவதையுடனான விசாரணைகளுக்குமிடையிலான ஒற்றுமைகளை இங்கே காணமுடியும். தங்கனுக்கோ இந்த அத்தியாவசியமான சோதனைகள் உளஅதிர்ச்சிமிக்க நினைவுகளை மீட்கலாம்.

காக்கை வலிப்புக் கருத்தரங்கு நடைபெறும் காட்சியின்போது மென்டோசா தனது சான்றுகளை வழங்குகிறார். மூளையின் மின்னியற் செயற்பாடுகளின் அடுக்குத்தொகுப்புடன் தொடர்புபடுத்திய காக்கை வலிப்புக் கண்காணிப்புக் குழுவின் காணொளியொன்றை வாக்டிக்கு அவர் காட்டுகின்றார். வலது பின் கன்னமடல் மின்வாய்களிலே தோன்றும் ஒரு குவிவு வலிப்பைக் காண்பிக்கும் காணொளியின் பகுதியிலே அவர் கவனத்தைக் குவிக்கிறார்.

**மென்டோசா:** இந்தக் காணொளியைப் பாருங்கள். நேற்றுப் பதிவுசெய்யப்பட்டது. இதோ—பாருங்கள—அவர் தொலைக்காட்சி பார்த்துக்கொண்டிருக்கிறார். பின்னர் அப்பாலே பார்க்கிறார்—அதோ தொடங்குகிறது. பாருங்கள் தேற்றா சந்தஅலைவுக் குவிவு வலது பின் கன்னமடலில் ஆரம்பித்து, வீச்சில் அதிகரித்து, அணிசேர்த்து, அரை நிமிடம் நீடிக்கிறது. அவர் விழிப்புடன் இருக்கிறார்.

முழுநேரமும் தொடர்பாடக்கூடியவராக இருக்கிறார். ஆனால் அவர் பேசிக்கொண்டிருப்பது காவலனுடன்.

**தங்கன்:** அவனின் முகம், அவனின் சிரிப்பு, அவனின் பயங்கள், எல்லாமே மின்சாரந்தானா?

**மென்டோசா:** ஆம். இது தெட்டத்தெளிவாக வலது பின் கன்னமடலில் தோன்றுகின்றதொரு காக்கை வலிப்பு

வெட்டியகற்றுவதற்காகக் குறிவைக்கப்படும் கன்னப்பிடறிப் பகுதி, இடம்சார்ந்த கட்டமைப்புகளின் காட்சியுணர்விற்கு இன்றியமையாதது. வரைபடமொன்றைப் படித்தல், புதிரொன்றுக்கு தீர்வுகாணல், கோணங்களையும் நகரும் பொருட்களுக்கிடையிலான தொடர்புகளையும் கணித்து வாகனஞ்செலுத்துதல் போன்ற செயற்பாடுகள் இந்த அறுவைச் சிகிச்சையால் பாதிக்கப்படும். வலது முன் இயக்கிக்கீற்று அவரின் கைகளை நடுங்கச் செய்வதோடு உடல் முழுவதும் பரவி அவரை நினைவிழக்கச்செய்யும் வலிப்புகளை அடிக்கடி தோற்றுவிக்கிறது. வலது இயக்கிக்கீற்றை வெட்டியகற்றுவதே அவரின் மிகவும் ஆபத்தான வலிப்புகளை நிறுத்துவதற்கான சிறந்த வாய்ப்பை வழங்கும். எனினும் அது குறைந்தபட்சம் அவரின் இடது கையை இயக்கமிழக்கச் செய்துவிடும். உளஅதிர்ச்சிக்குப் பின்னான சிதைவுகளில் ஏற்படும் தழும்புகள் இழையங்களின் வெவ்வேறு பாளங்களை ஒன்றுடனொன்று ஒட்டவைப்பதோடு, நொறுங்கும் நிலையில் இருக்கும் குருதிநாளங்களிலிருந்து குருதிப்போக்கு ஏற்படும் அபாயத்தையும் அதிகரிக்கவைக்கும். வாழ்க்கைத்தரத்தின் அடிப்படையில் அளவிடும்பொழுது, நோயாளருக்கு அறுவைச்சிகிச்சைக்குமுன் மனச்சிதைவோ அல்லது தீவிரமான உளநோயோ இருக்குமாயின், அறுவைச் சிகிச்சையின் விளைவு சிறப்பானதாய் இருக்காது என்றே புள்ளிவிபரம் சுட்டுகிறது.

மொத்தத்தில் தங்கன் அறுவைச்சிகிச்சைக்கு ஏற்புடையவொரு நோயாளி அல்லர். அவருக்குப் பற்பல சிதைவுகள் இருப்பதோடு, ஒரே நேரத்திற் பல்வேறு உளநோய் அறிகுறிகளாலும் பாதிக்கப்பட்டுள்ளார். இருந்தும், தனது வாழ்க்கை சகிக்கமுடியாதது என அவர் வற்புறுத்தி வாதிடும்போது அவரின் வைத்தியர்கள் அவருக்குச் செவிமடுக்கிறார்கள். ஆபத்துக்களை அறிந்திருந்தும், அவற்றையும் மீறி அவருக்குச் சிகிச்சையளிக்க வாக்டி முன்வருகிறார். இதுவொரு கற்பனைக் கதைதானே. உண்மையில், தங்கன் போன்றதொரு மனிதருக்கு அறுவைச்சிகிச்சை செய்துகொள்ளும் தெரிவு வழங்கப்படாமலும் போகலாம்.

**வாக்டி:** மீட்டுப்பெறமுடியாத மாற்றமாக இருக்கும். நான் உங்களுக்கு ஒரு அறிவுரை கூறுகிறேன். எல்லோருக்கும் தெளிவுபடுத்துவ-தற்காக. இதை நீங்கள் உங்களுக்காகத்தான் செய்கிறீர்கள். உங்கள்

பிள்ளைகளுக்காக அல்ல. உங்கள் மனைவிக்காக அல்ல. ஏதாவது சிக்கல் ஏற்பட்டால் அதை அவர்கள்தான் தாங்கிக்கொள்வார்கள். உங்களின் காயம் திமிரும் அடங்காத்தன்மையும் கொண்டது. சிரம-ப்பட்டு அதை அடைந்திருக்கிறீர்கள். அதை விட்டுக்கொடுப்பதும் சிரமம். நீங்கள் தயாரா?

**தங்கன்:** ஒரு சாதாரண மனிதனாக ஆகுவதற்கா? ஆம் தயார்.

ஒரேயொரு, திட்டவட்டமாக வரையறுக்கப்பட்ட சிதைவை—அதிலும் சிறப்பாக, மூளைப்பின்மேட்டின் ஒரு பக்கத்தில் மட்டும் அமைந்த உறுப்பின் காழ்ப்பை—கொண்டுள்ள, அறுவைச்சிகிச்சைக்குத் தகுதியான நோயாளிகளுக்கு காக்கை வலிப்பு அறுவைச் சிகிச்சை மிகச்சிறந்த பலனையளிக்கும். அறுவைச் சிகிச்சைக்கெனக் கவனமானத் தெரிவுசெய்யப்பட்ட நோயாளிகள், வலிப்புத் தாக்கங்களின் எண்ணிக்கையில் பாரிய குறைவையும், மேம்படுத்தப்பட்ட வாழ்க்கைத் தரத்தையும் அறுவைச்சிகிச்சையின் பின்னான ஐந்து முதல் பத்து ஆண்டுகளுக்கு அனுபவிப்பார்கள்.

மந்திரத் தறியிலே தங்கன் நம்பிக்கை கொள்ளத் துணிந்து தனது காயங்களை இழப்பதற்கான தைரியத்தை வரவழைக்கிறார். ஆனால் அவரின் காயங்களோ வெறுமனே வெட்டியகற்றமுடியாத எண்ணிக்கையிலானவையும் சிக்கலானவையுமாய் இருக்கின்றன.

—சுவேந்திரினி லீனா, 2022

# அருஞ்சொற்கள்

| | |
|---|---|
| அறிவுப்பிறழ்ச்சி | Paranoia |
| இயக்கிக்கீற்று | Motor strip |
| இயக்கிப் புறணி | Motor cortex |
| உணர்வகற்றி மருந்து | Anesthetic |
| உணரியக்கிப் புறணி | Sensorimortor cortex |
| உளஅதிர்ச்சிக்குப் பின்னான மன அழுத்தச் சீர்கேடு | Post-traumatic stress disorder (PTSD) |
| உறுப்பின் காழ்ப்பு | Sclerosis |
| கண்பாவையின் மறிவினை | Pupillary reflex |
| கன்னமடல் | Temporal lobe |
| காக்கை வலிப்பு | Epilepsy |
| காதுமுன் குருத்தெலும்பு | Tragus |
| காந்த அதிர்வொலிப்பெருக்க படிமமாக்கல் | Magnetic Resonance Imaging (MRI) |
| குறைவலிப்புகள் | Partial seizures, focal seizures |
| தலையுச்சி வட்டம் | Scalp |
| தாழ் | Inferior |
| தீவம் | Insula |
| துணை மூளைப்பின்மேட்டு மூளை மடிப்புச்சுருள் | Parahippocampal gyrus |
| தேற்றா சந்தஅலைவுக் குவிவு | Focal rhythmic theta |
| நரம்பறிவியல் | Neuroscience |
| நரம்பியல் உளநல வல்லுனர் | Neuropsychologist |
| நரம்பிழைத்தண்டுகள் | Axons |
| நீர்க்கட்டிச் செயற்திறன் இழப்பு | Cystic atrophy |
| நுகர்ச்சிப் பிரமைகள் | Olfactory hallucinations |
| நுண்ணளவுக்குழாய் | Pipette |
| பக்கவாட்டுப் பிளவு | Sylvian fissure |
| பதற்றம் | Anxiety |
| பாப்பேசின் சுற்று | Papez's circuit |

| | |
|---|---|
| பார்வைப்புலப் புறணி | Visual cortex |
| பிடறிமடல் | Occipital lobe |
| பின் | Posterior |
| புதிர்நெறிக் கட்டமைப்பு | Maze |
| புறணி | Cortex |
| புறநாளங்கள் | Cortical veins |
| மடல்நீக்கச் சிகிச்சை | Lobectomy |
| மண்டைத்திறப்புச் சிகிச்சை | Craniotomy |
| மண்டைப்பக்கச்சிரை | Parietal |
| மண்டையோட்டின் உச்சி | Calvarium |
| மத்திய | Medial |
| மத்தியமுன் வரைமுகடு | Precentral gyrus |
| மனச்சிதைவு | Psychosis |
| மின்உடலியங்கியல் | Electrophysiological |
| மின்வாய் | Electrode |
| முன் | Frontal, anterior |
| முன்னுணர்வு அறிகுறி | Sensory aura |
| மூளை மடிப்புச்சுருள் | Gyrus |
| மூளை மென்கவசம் | Pia |
| மூளை வன்கவசம் | Dura, dura mater |
| மூளைப்பின்மேடு | Hippocampus |
| மூளையின் குழைவியல்பு | Neuroplasticity |
| மேல் | Superior |
| மைய | Mesial |
| மொழியாற்றல் புறணி | Eloquent cortex |
| வலிப்பு | Seizure |
| வளைவாக்கம் | Uncus |
| வாட்ட எதிரலை நிரலொழுங்கு | Gradient echo sequence (GRE sequence) |
| வேகக்கண்ணசைவு | Rapid eye movement (R.E.M.) |

# AUTHOR'S ACKNOWLEDGEMENTS

A play is always made by a collective, even though there may be a single primary author.

I would not have been able to write this play without the mentorship and support of Dr. Marika Hohol and Dr. Richard Wennberg. Both accepted and supported the idea of writing a play in lieu of producing scientific research as a requirement of my residency in neurology at the University of Toronto. You set me free. The text itself was written in Colleen Murphy's Dramatic Writing Master Class. I could not have had a better initiation into the playwright's world. Erica Kopyto, then dramaturge at Nightwood Theatre, was the first person who believed that this work could be performed. She made the first staged reading happen. From there, credit for nurturing and growing my unwieldy script into a real play belongs to Marjorie Chan, my first director, mentor, and now dear friend.

To the cast of *The Enchanted Loom*, I am eternally grateful for the ways in which you gave your minds and bodies to my words and made them one. Such a miracle to behold. A writer can receive no greater gift. To Dushy, to have this work translated into Tamil is a journey home I could not have made alone, thank you, my friend.

Finally, I wish to thank my son Shams. Shams, your passion to fulfil your dreams inspires me to fulfill mine every day.

# TRANSLATOR'S ACKNOWLEDGEMENTS

My sincere thanks to Sharry Aiken for recommending and introducing me to Suvendrini, to Suvendrini for trusting me with her precious words, to R. Cheran for convincing me that I could do this, to Marjorie Chan for being the force behind this project, to Sekar Thambirajah for being my sounding board and patiently listening as I incessantly talked to myself about this project, and to Playwrights Workshop Montreal—especially to Briony Glassco and Bobby Theodore—for giving me the space, time, and energy to complete this work. I could not have done this without my partner Neera Sitsabaiesan lifting me up and grounding me down simultaneously as only she can. She is my worst fan and best critic. And I love her more today than I did yesterday. I owe it to our children Cayali, Amali, and Wallan. It is in precious moments stolen away from them was I able to complete this project. Hopefully someday this love of words will possess them too. That is my greatest wish for them.

Suvendrini Lena is a playwright and neurologist. She works as a neurologist at the Centre for Headache at Women's College Hospital. She is Assistant Professor of Psychiatry and Neurology at the University of Toronto, where she teaches medical students, residents, and fellows. As a neurologist she is particularly interested in conditions that alter the fabric of consciousness—epilepsy, dementia, psychosis, and migraine. She lives in Toronto with her son, Shams, and their dog, Luna.

Dushy Gnanapragasam received his initiation into theatre at St. Henry's College in Illavalai, Sri Lanka, and has been an integral part of the vibrant Tamil theatre scene in Toronto for over twenty years. He has directed several of his own translations for Manaveli Performing Arts Group, including Harold Pinter's *New World Order*, Mario Fratti's *The Satraps*, and Ivan Turgenev's *Broke*. He has also directed plays for Asylum Theatre Group, including R. Cheran's *What if the Rain Fails* and *Not By Our Tears*. Off stage, he writes and translates for *Thaiveedu*, a Tamil monthly with a heavy focus on the arts.